நிழல்கள்

நகுலன்

நற்றிணை பதிப்பகம்

நிழல்கள் * நகுலன் * முதல் பதிப்பு: மார்ச் 1965 * நற்றிணை முதல் பதிப்பு: நவம்பர் 2013 * இரண்டாம் (குறும்) பதிப்பு : அக்டோபர் 2022 * வெளியீடு: நற்றிணை பதிப்பகம் (பி) லிமிடெட் * எண். 136, தரைத்தளம், சோழன் தெரு, ஆழ்வார்திருநகர், சென்னை–600 087.

* மின்னஞ்சல் : natrinaipathippagam@gmail.com
* கைப்பேசி : 94861 77208
* தொலைபேசி : 044 – 4273 2141
* அச்சாக்கம் : துர்கா பிரிண்டர்ஸ், சென்னை–600 005

நகுலன் (1921–2007)

நவீனத் தமிழ் இலக்கியத்தின் முன்னோடி எழுத்தாளரான நகுலன் 1921இல் கும்பகோணத்தில் பிறந்தார். வாழ்ந்தது திருவனந்தபுரத்தில். இவரது இயற்பெயர் டி.கே. துரைசாமி. திருவனந்தபுரம் மார் இவானியஸ் கல்லூரியில் ஆங்கில விரிவுரையாளராக முப்பது ஆண்டுகள் பணியாற்றி ஓய்வு பெற்றார்.

சிறுகதை, நாவல், மொழிபெயர்ப்பு, கவிதை, கட்டுரை எனப் பல தளங்களில் தொடர்ந்து தீவிரமாக இயங்கினார். இவருடைய வாக்குமூலம், நினைவுப் பாதை, நிழல்கள், நாய்கள் போன்றவை தமிழின் மிகச் சிறந்த நாவல்களாகும். நாவல்கள் மட்டுமின்றி கவிதை, சிறுகதை, மொழிபெயர்ப்பு எனத் தான் எடுத்துக்கொண்ட ஒவ்வொரு துறையிலும் குறிப்பிடத் தக்க சாதனை நிகழ்த்தியவர். 'குமாரன் ஆசான்' விருதும், 'சாந்தோம் கம்யூனிகேஷன் சென்டர்' விருதும் பெற்றிருக்கிறார்.

இவர் தனது 86ஆவது வயதில் (17.5.2007) திருவனந்தபுரத்தில் மறைந்தார்.

இந்நூலைப் பதிப்பிக்க உதவிய
பேராசிரியர் கி. நாச்சிமுத்து
அவர்களுக்கு நன்றி.

அறிமுகம்

இந்த நாவலைத் தமிழ் வாசகர்களுக்கு அறிமுகம் செய்து வைப்பதில் மிகுந்த சந்தோஷமும் திருப்தியும் அடைகிறேன்.

ஸ்ரீ நகுலனின் எழுத்து மிகவும் அயனான சரக்கு. புத்தம் புதிசாய் மிளிரும் சிருஷ்டி. ஒவ்வொன்றும் நமக்கு முதலில் வேற்றுமை உணர்ச்சியையும், சில சமயம் ஏமாற்றத்தையும் அளித்துவிடுகிறது. நம்முடைய எதிர்நோக்குதல்களைப் பூர்த்தி செய்யும் உத்தேசம் அவற்றிற்கு அநேகமாய் இருப்பதில்லை. ஒரு கலைஞன் பிறரை மறந்து தன்னை வெளிப்படுத்திக் கொள்ளும் முயற்சியாகவே பெரிதும் அது அமைகிறது. இது போன்ற முயற்சிகளிலிருந்துதான் புதிய சம்பத்துக்கள் எனக் கருதத் தகுந்த சிருஷ்டிகள் ஒரு பாஷைக்கு லபிக்கின்றன. 'நிழல்'களில் வெளிப்படுவது நாம் இன்று வரையிலும் பரிச்சயப்பட நேராத ஒரு புதுக்குரலாகும். வாசகர்கள் போதிய அனுதாபத்துடன் இந்நாவலை ஒன்றுக்கு இரண்டு முறை படித்துப் பார்க்கும் சிரமத்தை மேற்கொள்வார்கள் என்றால், சுகந்தமான இலக்கிய இன்பம் அவர்களுக்குக் கிடைக்குமென்று நம்புகிறேன்.

நமக்கு ரொம்பவும் பழக்கமான, வக்கணையான கதைப் பிண்டம் இந்நாவலில் இல்லை. சுய அனுபவத் திலிருந்து திராணியான கலையை உருவாக்குவதாக கற்பனை செய்துகொண்டு, இறக்கை கட்டி மேலே சென்று, கனவு கலைந்துவிடாமல், நிஜத்தின் நிழல்படாத அண்டப்புளுகுகளை வாரி இறைத்துச் செல்லும் சிறுமை இங்கு இல்லை. இங்கு அனுபவம் குறைந்தபட்ச மாற்றங்களுடன் கலை வடிவம் பெற்று, அந்த அனுபவத்திற்கே செழுமை ஊட்டி, மன நிறைவையும் முழுமை உணர்ச்சியையும் அளித்துவிடுவது ஆசிரியரின் கலைத்திறனுக்குப் போதிய சான்றாகும்.

மிகச் சிறிய நாவல் இது. எனினும் இதைப் படித்து முடித்தபின், அனுபவத்தின் நானாவிதமதி சஞ்சாரங்களைத் தாண்டி வந்தபின், சற்று கனமான புத்தகம் ஒன்றைப் படித்து முடித்த பிரமை தட்டுகிறது. சுருக்கமாகக் கூறினாலும், விரிவான அனுபவங்களுக்கு நம்மை ஆளாக்கிவிடுகிறார் ஆசிரியர். பாத்திரங்கள் அநேகமாக எல்லோருமே – மிக நன்றாக உருவாகியிருக்கிறார்கள் என்று சொல்லலாம். ஆசிரியர் இவர்களை நேர்ப் போக்கில் பிரஸ்தாபித்துக்கொண்டு போகையிலேயே, நாமும் அவர்களை இனங் கண்டுகொண்டு தாண்டிச் சென்றுகொண்டிருக்கிறோம். இரண்டொரு வரிகளில் பாத்திரங்களின் ஜீவ களையைப் பிடித்துவிடமுடிகிறது

ஆசிரியரால். சாரதியின் தகப்பனார், சமூக சேவகி சாரதா, பராங்குச நாயுடு, வேதவல்லி போன்றவர்கள் மட்டுமல்ல, ஒரு கணம் தோன்றி மறையும் ஹோட்டல் வெங்கு அய்யர்கூட – டிபன் அளிப்பதற்குமுன் துட்டைக் காட்டச் சொல்வதன் மூலம் – தன் முகத்தையும் காட்டிக்கொண்டு விடுகிறார்.

கதை கூறும் முறையிலும், பேசுவதுபோல் அனாயாசமாய் எழுதிக்கொண்டு செல்வதிலும் வெளியாகும் ஆசிரியரின் ஒரு அபோதமான, கட்டற்ற தன்மை மிகுந்த அழகாகப்படுகிறது. மனசின் முடுக்கத்திற்குப் பேனா விரைந்தோடிவிட்ட அழகு படைப்பின் திட்டங்களும், ஓரம் செதுக்கிய விளிம்புகளும், உத்தியின் நகாசுகளும், கருத்துத் திணிப்புகளும் பார்த்துப் பார்த்து அலுத்துப் போன மனசுக்கு – மிகுந்த சந்தோஷத்தைத் தருவதாய் அமைந்துவிட்டது.

பழைய தலைமுறை, புதிய தலைமுறையைத் தங்களுடைய மனோ அபிலாஷைகளைப் பூர்த்தி செய்யும் கருவிகளாக உருவாக்க முயல்வதும், புதிய தலைமுறை தங்களுடைய சொந்த இச்சைகள் நிறைவேறத் தும்பு அறுத்துக்கொள்ளப் பிரயாசைப் படுவதும், குடும்பம் எனும் விவேக அமைப்பு – அல்லது தளை, உருவான காலத்திலிருந்தே எழுந்த பிரச்சனைகளாகவே இருந் திருக்க வேண்டும். அந்த அவஸ்தையையும், ஆத்மீக வேதனை யையும் – வீட்டிலும், வெளியிலுமாக – ஆசிரியரால் சோடை தட்டாமல் சொல்ல முடிந்திருக்கிறது. மகனுக்கு அப்பா, அப்பாக் குரங்கு ஆகிவிடுவதும், அப்பிரிவுக்காக அவனே மனம் கலங்குவதும்–இரண்டுமே தவிர்க்கமுடியாத மனநிலைகளாகவே இருக்கின்றன.

கடைசியில் வேதவல்லியின் வருகை மிகுந்த ஆசுவாசத்தை அளிப்பதாக இருக்கிறது. ‘உங்களுடைய ஆயிரம் மனக் கோணல்களை என்னால் தனியாக நின்று சமாளித்துக்கொள்ள முடியும்’ என்று அவள் சொல்லிவிட்டதுபோல், கதை முடிவில், அலுப்புக்குப் பின் மீண்டும் வாழ்வின் மீது நாம் கொள்ள விழையும் நம்பிக்கையை அவள் மீது குவிக்கிறோம்.

நகுலனின் கலைஊற்று மிக வளமானது எனும் நம்பிக்கையை இந்நாவல் எனக்கு ஏற்படுத்தியிருக்கிறது. இதன் மூலம் தமிழின் இலக்கியத்தரமான நாவலாசிரியர்களின் வரிசையில் இடம் பிடித்துக்கொள்ளும் இவ்வாசிரியர், எதிர்காலத்தில் நாம் எண்ணிப் பெருமைப்படத்தகுந்த சிருஷ்டிகளைப் படைத்துவிட்டார் என்றால், நான் ஆச்சரியம் அடையமாட்டேன். என் நம்பிக்கை பலித்துவிட்டதை எண்ணித் திருப்திப்படுவதே அப்பொழுது என்னுடைய காரியமாக இருக்கும்.

சுந்தர ராமசாமி
9.6.1965

1

வெயில் குறைந்து நிழல் பரவும் சமயம். மணி ஐந்தடித்துப் பத்து நிமிஷங்கள். என்றாலும் வெளியில் போக ஒரு மனமில்லாத நிலைமை. நேற்று எஸ்.நாயர் சொன்னதுதான் காரணம். சுசீலா நேற்றுக் காலையில் மைசூருக்குப் போய் விட்டதாக – வருவதற்கு இரண்டு வாரமாகுமென்றான். அறையில் உட்கார்ந்துகொண்டே இருந்தேன். இருள் கதவைத் தட்டும் நேரம். வேலைக்காரப் பையன் முன் ஜாக்கிரதையாகவே பிளாஸ்கில் மூன்று கப் காபியும், ஹோட்டலிலிருந்து சப்பாத்தியும் கூட்டும், சுவரில் புதைத்த அலமாரியில், போவதற்கு முன் வாங்கி வைத்திருந்தான். என் வெற்றிலைச் சம்புடத்தில் வேண்டிய சாமக்கிரியைகள் இருந்தன. இருந்தாலும் ஒன்றும் செய்யத் தோன்றவில்லை. சூன்யத்தில் சுசீலாவைத் தேடி என் கண்கள் துழாவின. மனம் அவள் விட்டுச் சென்றதால் ஏற்பட்ட காலி இடத்தை எப்படியாவது நிரப்புவதற்கு மிகவும் பாடுபட்டது. இது ஒரு இயற்கை நியதி. தொல்லை பொறுக்க முடியாமல் வெளியில் போய் கேட்டைப் பூட்டிவிட்டு, அறைக்குள் திரும்பி வந்தேன். அச்சுதன் ஒரு மூலையில் சுருண்டுவிட்டது. இரண்டு நாட்களாக அது சரியாகச் சாப்பிடுவது இல்லை. வெளி விளக்கை அணைத்துவிட்டு என் அறைக்குப் போய் என் நாற்காலியில் உட்காருவதற்கு முன், எனக்குப் பின்புறமாகச் சுவரில் மாட்டியிருந்த படம் உள்ளத்தில் பதிந்தது. மீண்டும் பார்த்தேன். நான், சாரதி, கேசவமாதவன் மூவரும் சேர்ந்து எடுத்துக்கொண்ட படம். சரியாக ஆறு மாதத்திற்கு முன். நடுவில் சாரதியும், அவன் இருபக்கத்திலும் நாங்கள் (கேசவமாதவனும் நானும்) இருவரும் உட்கார்ந்திருந்தோம். சுசீலாவை நினைத்துக்கொண்டே சாரதியின் முகத்தைப் பார்த்தேன். கேசவமாதவன் இருப்பதைப் போலவே படத்திலும் ‘விழுந்திருந்தான்.’ எடுப்பான தோற்றம்; எந்த நிலைமையையும் புத்திக்கூர்மையால் ஒரு முடிவான அடிப்படையில் சரிக்கட்டும் சாமர்த்தியம். நான் பிரேதம் போல் அசட்டை பாவத்துடன்,

அப்படித்தானே செய்ய வேண்டும் என்ற பாவத்தில் படம் எடுப்பவனைப் பார்த்துக்கொண்டு நிற்கின்றேன். ஒருவேளை இதனால்தான் சுசீலா என்னை நிராகரித்தாளோ? – எந்தப் பெண்ணும் வேறு விஷயங்கள் சரியாக இருந்தால் ஒரு எடுப்பும் மிடுக்கும் நிறைந்த ஆண் வடிவத்தை விரும்புகிறாள் என்று என் அனுமானம். அது எப்படியாவது இருக்கட்டும். சாரதியின் உருவம்தான் அவனைப் பார்ப்பது போலவே ஒரு பிரமையை எனக்குத் தந்தது. ஒருவேளை சுசீலாவை நினைத்துக்கொண்டே நான் அவனைப் பார்த்தது ஒரு காரணமாக இருக்கலாம். இருந்தாலும் ஒரு தடவை பார்த்தால் மறக்கமுடியாதவன். இளமையின் மிருதுத்தன்மை அவன் முகத்தில் இன்னும் மங்கலாகத் தெரிந்தது; ஆனால், அதே சமயம் ஜீவ சத்தை அபரிமிதமாகச் சிந்தி விரயம் செய்பவர்கள் முகத்தில் காணப்படும் ஒரு முதிர்ச்சியும் அவன் முகத்தில் காணப்பட்டது. அப்படி வயசும் முப்பதுக்குமேல் இல்லை. அவன் கதைகளை நீண்ட இடைவிட்டு இடைவிட்டு ஜனரஞ்சகமான பத்திரிகைகள் வெளியிட்டு வருகின்றன. சமீபத்தில் அவன் கதைத் தொகுதி வந்தது. ஒன்றை ('நிழல்கள்') 'நக்ஷத்திர'த்தின் ஆசிரியர் என்னிடம் மதிப்புரைக்கு அனுப்பியிருந்தார். நான் பத்திரிகைகளில் அவன் கதைகளைப் படித்ததில்லை. முதலில் கேசவமாதவன் சிநேகிதன் என்ற முறையில்தான் பழக்கம். மேலும் 'நக்ஷத்திரம்' ஆசிரியரே புஸ்தகத்தைப் பற்றி எழுதியிருக்கலாம். தெரிந்தவன் என்ற காரணத்தால், சாதாரணமாக ஒரு வாசகனுக்கும், எழுத்தாளனுக்கும் உள்ள நிர்த்தாட்சண்யமான தொடர்பு இங்கு இருக்கமுடியாது. மேலும், கதை எழுதிக்கொண்டிருக்கும் பொழுதே அதைப் படிக்கக் காத்துக்கொண்டிருக்கும் வாசகன் போன்ற நிலைமையை என்னால் ஏற்றுக்கொள்ள முடியவில்லை. இருந்தாலும், ஏமாற்றம் நிச்சயம் என்ற நினைவுடன் கதைகளை வாசிக்க ஆரம்பித்தேன். தனி வீடு, தனி ஆள், சுசீலா பின் விட்டுச் சென்ற சூன்யம், எழுத்தில் எப்பொழுதுமே உள்ள லட்சிய பாவம் எல்லாம் உடன் வர வாசித்தேன். முதல் கதையைப் படித்ததும் என் அபிப்பிராயத்தை மாற்றிக்கொள்ள வேண்டியிருந்தது. படித்து முடித்ததும், என் மதிப்புரையில், "அப்படி ஒன்றும் புறக்கணிக்கக்கூடிய புஸ்தகம் இல்லை" என்று கடைசி வாக்கியத்தில் எழுதியிருந்தேன்.

கதைகளில் இரண்டு விஷயங்கள் என்னைக் கவர்ந்தன. வாழ்க்கையின் வியர்வை நாற்றம் சொட்டி லேசான அழுகல் நாற்றம் வீசும் பிரஜைகளின் நடுவில் சிக்கி வதங்கினாலும் அவர்களிடமிருந்து வெளியே வந்து அவர்களையே பார்த்துக்

கொண்டு நிற்கும் நிலை. அந்தப் பார்வையை இன்னும் சரியாக வகை செய்ய முடியாத நிலை. இரண்டாவதாக இந்தச் சூழ்நிலையிலும் கதைகள் எழுதப்பட்டிருக்கும் பளிச்சென்ற நடை. ஆனால், அடிப்படையாகக் கதைகளை ஒரு கலாபேதத்துடன் தேர்ந்தெடுத்துத் தொகுதியைத் தயாரித்த ஆற்றல். இதெல்லாம் என் மனதின் ஒரு மூலையில் கிடந்து உறுத்திக்கொண்டிருந்தன. இதற்குப் பிறகு எனக்குச் சாரதியுடன் கொஞ்சம் நெருங்கிப் பழகும் வாய்ப்பு ஏற்பட்டது. இதையெல்லாம் அவனிடம் பிரஸ்தாபித்ததும் சாரதி சில விஷயங்களைப் பற்றி என்னிடம் மனம்விட்டுப் பேசினான். இதையெல்லாம் வைத்துக்கொண்டு என் நோட்புக்கில் இன்று 'சாரதி' என்ற தலைப்பில் சுசீலாவின் தற்காலப் பிரிவை மறக்க எழுதுகிறேன். அனுபவத்தின் தொல்லையில் என் நோட்புக் ஒரு போட்டோ ஆல்பமாக மாறிவிட்டது. அதுவும் நல்லதுதான்.

2

அந்தச் சமயத்தில்தான் – ஜனவரி '63 – நான் எழுத்துலகில் பிரவேசித்ததாக ஞாபகம். அப்படிப் 'பெயர் தெரியாத' ஒரு பத்திரிகையில் கேசவமாதவனின் ஓரிரு கதைகளையும் கவிதைகளையும் வாசித்ததும் ஒரு பரபரப்பு; ஒரு புதுக்குரல். நேற்று வரையில் பிரகாசித்துக்கொண்டிருந்த எழுத்துலகின் சுடர் விளக்குகள் எண்ணெய் குறைந்துவிட்டதால் மங்கிக் கொண்டிருந்தன. மாதவனின் எழுத்தில் ஒரு வெளிச்சமும் இருட்டும் மாறிமாறி வந்தன. வெளிப்பார்வைக்கு அன்னியோன்யமாகத் தோன்றின. ஒரு குடும்பம் வீட்டிற்குள் ஒருவரை ஒருவர் எவ்வாறு சித்திரவதை செய்துகொண்டிருந்தார்கள் என்பதைத் தத்ரூபமாகக் காட்டியிருந்தான் 'புற்று' என்ற கதையில். ஆழ்வார் திருநகரிக்குப் போனேன். அவன் என்னை எதிர்பார்க்கவில்லை. தெரியவும் தெரியாது. அது முகத்தில் தெரிந்தது. பிறகு குசலப்ரச்னம். மொத்த மளிகை வியாபாரம். சாயங்காலம் இங்கு வந்தேன். முதல்முறை அப்பொழுதுதான் சாரதியைச் சந்தித்தேன். மாதவன், "இதுதான் சாரதி" என்று அறிமுகப்படுத்தினான். அதற்குமேல், அவன், அவசியமில்லை என்று நினைத்திருக்கலாம். ஒரு வகையில் சரிதான். மாதவன் உருவம்தான் இங்கு வந்தும்கூடப் பிரக்ஞையில் மிதந்து கொண்டிருந்தது.

சரியாக ஆறு மாதத்திற்குப் பிறகு – அப்பொழுது அப்பா அம்மா அவர்களுடன் இருந்தேன் – சாப்பிட்டுவிட்டு என் அறையில் நான் வந்ததும் யாரோ என்னைப் பார்க்க வந்திருந்ததாக அம்மா சொன்னாள். ஏழு மணிக்கு என்னைத் தேடிக்கொண்டு வரக்கூடிய சிநேகிதர்கள் எனக்குக் கிடையாது. அப்படி வந்தால் ஏதாவது காரியம் இருக்கும் – அப்படிப்பட்ட சிநேகிதர்கள். போய்ப் பார்த்தேன். வந்தவன் கும்பிட்டுவிட்டு, "தெரியவில்லையா?" என்று கேட்டான். நான் பதில் சொல்வதற்கு முன், "நான்தான் சாரதி" என்றான். 'புற்று' என்ற கதையின் ஞாபகம் வந்தது. ஆனால், அவனைப் பற்றி

நிச்சயமான போதம் வரவில்லை. அவன் கூட குட்டையான, கருகருவென்ற தாடியும் தீட்சண்யப் பார்வையும் உடைய போலி சந்நியாசியைப் போன்ற ஒருவர் வந்திருந்தார். உள்ளே சென்று உட்கார்ந்ததும், "இவர்தான் என் மைத்துனர். சேஷாத்திரி. உங்க ஊர்தான். எண்ணெய் வியாபாரம்." ஒருவருக்கொருவர் வணக்கம் பரிமாறிக்கொண்டோம். அம்மா ஒரு தட்டில் பூசணிக்காய் அல்வாவும், மிக்சரும், நல்ல காபியும் கொண்டுவந்து வைத்தாள். சாரதி, "அல்வா நன்றாக இருக்கிறது" என்றான். அம்மா உள்ளேயிருந்து இன்னொரு தட்டு அல்வா அனுப்பினாள். சாரதி அதையும் சாப்பிட்டான். அதற்குள் சேஷாத்திரி கைகழுவிக்கொண்டு வந்தான். அவனும் இலக்கியத்தில் ஈடுபாடு உடையவன் போல் தோன்றினான். ஆனால், சாரதி, "சரி, சேஷா நீ போ, நான் பின்னாடி வருகிறேன்" என்றான். அவன் போனபின் நான் சாரதியைப் பார்த்தேன்.

"அவனுக்கு இந்த மாதிரி விஷயத்திலெல்லாம் சுவாரஸ்யம் கிடையாது. மரியாதைக்காக அவஸ்தைப்பட்டுக் கொண்டிருப்பான். அதுதான் அனுப்பிவிட்டேன்!"

பேச ஆரம்பிக்கலாம் என்ற என் பாவத்தைக் கண்டதும், "நீங்கள் மறந்துவிட்டீர்கள். முதலில் கேசவமாதவன் வீட்டில் சந்தித்தோம். இப்பொழுது சமீபத்தில் வந்த உங்க கதை ஒன்றிரண்டையும் கவிதைகளையும் பார்த்தேன். இது விஷயமாகப் பேசத்தான் வந்தேன். அவசரமில்லை."

"அப்படியா?"

எனக்கு ஞாபகம் வந்தது. உடனே பெட்டியைத் திறந்து ஒரு கட்டுரையை எடுத்தேன். அது பாரதியைப் பற்றி எதிர்க்கட்சி நிலையில் எழுதியது. 'நக்ஷத்திரம்' ஆசிரியர், பாரதி விழாவுக்கு ஒரு கட்டுரை வேண்டுமென்று எழுதியதும் இதை அனுப்பினேன். உடனே திருப்பிவிட்டார். ஆட்சேபம், கட்டுரை சம்பாஷணை ரூபத்தில் அமைந்திருந்தது. அந்த ரூபம் அவருக்குப் பிடிக்காது. வேறொரு கட்டுரை கேட்டிருந்தார்.

இவ்வளவையும் சொல்லிவிட்டு சாரதியிடம் கட்டுரையைக் கொடுத்தேன். படிப்பதற்கு முன், "சிகரெட் இருக்கிறதா?" என்று கேட்டான்.

"இல்லை; ஆளை அனுப்பி வாங்கிவரச் சொல்கிறேன்."

"சரி. ஒரு பாக்கெட்டாக வாங்கிவரச் சொல்."

ஆள் சென்றான். சாரதி வீட்டை ஒரு பார்வையிட்டான்.

"வேறு யாரெல்லாம் இருக்கிறீர்கள்?"

"நானும் பெற்றோரும்."

"வேறு ஒருவருமில்லையா?"

"இல்லை."

ஆள் வந்தான். ஒரு சிகரெட்டைப் பிடித்துக்கொண்டே வாசித்து முடித்துவிட்டு, கட்டுரையைத் திருப்பிக் கொடுத்தான்.

"அபிப்பிராயம்!"

"உன் எழுத்து அதைக் காட்டாவிட்டாலும் உனக்கு இந்த மாதிரி விஷயங்களில் அனுபவமில்லை என்று நினைக்கிறேன்."

எனக்குப் புரியவில்லை. அதை அவன் தெரிந்துகொண்டு விட்டான்.

"கேசு உன்னிடம் சொல்லவில்லையா? ஒரு எழுத்தாள னிடம் இன்னொரு எழுத்தாளன் அபிப்பிராயம் கேட்பதில்லை. அவனளவில் சரியாக இருந்தால் சரிதான்."

"ஒரு வகையில் சரியென்று தோன்றுகிறது."

"தோன்றுகிறது என்று ஏன் சொல்கிறாய்? சரிதான். ஒன்று சொல்கிறேன். 'நக்ஷத்திரம்' ஆசிரியர் இந்தக் கட்டுரையைத் திருப்பியதற்கு இதன் வடிவம் முக்கியக் காரணம் இல்லை."

நான் சிரித்தேன்.

"சிரிக்காதே. இதுதான் நான் முதலில் கற்றுக்கொண்ட பாடம். இன்று என் கதைகள் அங்கொன்றும் இங்கொன்று மாகப் பத்திரிகைகளில் வருவதைக் குறித்து நான் வருத்தந்தான் படுகிறேன்."

நான் ஒன்றும் சொல்லவில்லை.

"உன்னால் எழுதமுடிகிற மாதிரி என்னால் எழுத முடியவில்லையே என்பதைப் பற்றி நான் நினைத்தது உண்டு."

"ஆனால், நான் எழுதுவதைப் பற்றி ஒருவரும் கவனிப்பதாகத் தெரியவில்லையே?"

"அதுவும் ஒருவகையில் சரிதான். கேசு உன்னிடம் சொல்ல வில்லையா? நம் வாசகர்களுக்குக் கெட்டிச் சாயத்தில்தான் நம்பிக்கை. அப்படி எழுத ஒரு தெம்பு வேண்டும்."

"தெம்பு?"

"நீ சொல்வதையும் நான் கேட்க விரும்புகிறேன்."

அவன் மூன்றாவது சிகரெட்டைக் கொளுத்தினான்.

"தெம்பு என்பது சரிதான். ஒரு சம்பவத்திற்குமுன் முகத்திற்கு முகமாகி நிற்கையில் வாசகன் வசீகரப்படுகிறான். ஆனால், சம்பவம் மாத்திரம் போதாது. ஏனென்றால்

இந்த மாதிரி சம்பவம் அடுத்த நிமிஷம் சுவடு தெரியாமல் போய்விடுகிறது."

"நீ சொல்வதை என்னால் முழுவதும் வாங்கிக்கொள்ள இயலவில்லை. இதிருக்கட்டும். அடிக்கடி சுசீலா என்று ஒருத்தியைப் பற்றி எழுதுகிறாயே, அது யார்?"

"என் மனதின் பைத்திய நிழல்."

மௌனம்.

"ஒரு வகையில் சரி. எழுதும் எவனும் நிழல்களால் துரத்தப் படுகிறான். அடுத்த முறை ஆழ்வார் திருநகரிக்கு வருகையில் சொல்லி அனுப்பினால் வருகிறேன். சொல்ல மறந்துவிடாதே. பின் வரட்டுமா?"

சாரதி எழுந்தான். தெருமுனை வரை அவனுடன் போனேன்.

"இந்த வீடு சொந்த வீடா?"

"ஆமாம்."

"எவ்வளவு விலைக்கு இங்கு இதையெல்லாம் மதிப்பிடுகிறார்கள்?"

"சென்டுக்கு 500, 1000 என்று."

ஒரு கடை தென்பட்டது.

"எனக்கு இன்னொரு பாக்கெட் வேண்டும். நீயும் ஒரு தடவை வெற்றிலை போடேன்."

நான் வெற்றிலை போடுகையில், அவன் சிகரெட் குடிக்கையில் அவன் போகவேண்டிய பஸ் ஒன்று போனது.

"போகட்டும். அடுத்ததில் போகிறேன்."

"மாதவன் எழுத்தைப் பற்றி என்ன சொல்கிறாய்!"

"அதுதான் நீ சொல்லிவிட்டாயே. அவனளவில் சரியாக இருந்தால் சரிதான்."

சாரதி சிரித்துக்கொண்டே சொன்னான்: "மனதின் பைத்திய நிழல்."

இப்பொழுது பஸ் வந்தது. அதில் சாரதி போனான். நான் 'வீடு' திரும்பினேன்.

3

ஒரு வெள்ளிக்கிழமை. மாலை ஆறு மணிக்கு நடுத் தெருவில் சாரதியை மீண்டும் சந்தித்தேன்.

"புஸ்தகக் கடையிலும் நூல் நிலையத்திலுமாக உன்னை வீட்டுக்கு வராமல் தேடிக் கண்டுபிடிக்கலாம் என்ற முயற்சி தோல்வி பெற்ற நிமிஷத்தில் இப்படி உன்னைப் பார்க்க வேண்டும் என்ற எண்ணம் பலித்துவிட்டது."

"அவசரமாகப் போக வேண்டுமா?"

"வேண்டாம்."

ஹோட்டலில் ஏறிச் சாப்பிட்டோம். வெளியில் வந்து ஸெக்ரெட்டேரியட்டுக்குப் பின்னால் உள்ள பரந்த இப்பொழுது சூன்யமாக இருந்த விளையாட்டு மைதானத்தில் உட்கார்ந்தோம்.

"என் 'நிழல்களை'ப் பற்றி நீ எழுதியதைப் படித்தேன்."

"அதைப் பற்றித்தான் நான் பேச விரும்புகிறேன்."

"சரி."

அதற்கு நான் பதில் சொல்லவில்லை.

"நான் உனக்குச் சில விஷயங்கள் சொல்ல விரும்புகிறேன்."

"நான் சொல்வதை நீ எப்படி வேண்டுமானாலும் பயன்படுத்திக்கொள்ளலாம்."

இருட்டில் அவன் சிகரெட்டின் நெருப்புக்கண் ருத்திரமாகப் பிரகாசித்தது. கைக்கடிகாரத்தின் முள் ஏழில் நின்றது.

முதலில் ஆழ்வார் திருநகரியில்தான் அக்ரகாரத்தில் குடியிருந்தோம். அப்பாவுக்கு மூன்று பிள்ளையும் இரண்டு பெண்ணும் – அதாவது என் உடன்பிறப்புகள்.

நான் என்னவோ நினைத்துக்கொண்டிருந்தேன்.

நான் ஒன்றும் சொல்லக்கூடாதது ஒன்றையும் சொல்ல வில்லை. வீட்டைத் தாண்டித்தான் வெளியுலகிற்கு வர வேண்டியிருக்கிறது. சில சமயம் வீட்டிலேயே வெளியுலகின் குரூர நிழல்...

எங்கள் மூன்று பேருக்குமே படிப்பு வரவில்லை. மூத்தவன் இன்டர் வரையில் படித்துவிட்டு – அப்பொழுதெல்லாம் பாஸ் போர்ட் கிடையாது. சிலோனுக்கு ஓடிப் போய்விட்டான். ஆறு

மாதத்திற்கு ஒருமுறை அம்மா பேருக்கு ரூபா 5, 10 வரும். இரண்டாவது அண்ணா வீட்டுக்குத் தெரியாமல் காமாட்சி பெண்ணுடன் – அவள் தாயாருக்கு ஒரு மாதிரிப் பெயர் என்றாலும் அவள் பார்க்க நன்றாக இருப்பாள் – பாம்பேக்கு ஒரு வேலை சம்பாதித்துக்கொண்டு போனான். அவனைப் பற்றிப் பின் தகவலில்லை. என் சகோதரிகளைப் 'பார்க்க' யாராவது வந்தால் சமயம் பார்த்து அப்பா போய்விடுவார்.

அவருக்குக் கல்யாணம் பண்ணிக்கொள்ளும் பொழுதே வேலை கிடையாது. கொஞ்சம் நிலம் உண்டு. ஆட்களை உருட்டி மிரட்டிக்கொண்டு எப்பொழுதும் தன் தாசில்தார் மாமா வீட்டில் சரணாகதி என்று இருப்பார்.

ஒரு அக்கா சொந்தத்திலேயே 25 வயது வித்தியாசமுள்ள மாமனையும், இன்னொருத்தி கொஞ்சம் ஐவேஜியுள்ள ஒரு கிழவனையும் இரண்டாந்தாரமாக வரித்து வீட்டை விட்டுச் சென்றார்கள். மூன்று வருஷம் கழித்து இரண்டு பேருமே இங்கே வந்து, உள்ளதை வைத்துக்கொண்டு தனியாக வசிக்கிறார்கள். கொஞ்சம் சொத்தும் ஆளுக்கொரு பிள்ளையும்தான் மிச்சம். அப்பா சாயங்காலம் பட்டைச் சாராயம் குடித்துவிட்டு வரும்பொழுது, "ரண்டுக்கும் தாலியில் சனி ஊஞ்சலாடினால் யார் என்ன செய்வது?" என்பார்.

இந்த வீட்டில்தான் நானும் ஒருவன். என் கூடப் பிறப்புகளைப் போல் எனக்கு வேலையிலோ கல்யாணத்திலோ நாட்டம் இல்லை. படிப்பும் வரவில்லை. இங்கு நானும் என் பெற்றோரும் இருந்தோம்.

காலையில் எழுந்ததும் அப்பா அம்மாவின் புடவைத் துண்டைக் கட்டிக்கொண்டு காய்கறி நறுக்கிக்கொண்டிருப்பார். நான் அந்தப் பக்கமே போகமாட்டேன். அவர் கறி நறுக்குவது பற்றி ஆட்சேபமில்லை. என்னைப் பானையில் அரிசி போட்டு அடுப்பில் ஏற்றச் சொன்னால் – என்றுதான் விலகிவிடுவேன். அவர் நன்றாகச் சமைப்பார். அம்மா காயலாகப் படுத்தால் இவர் சமையலறையை விட்டு வெளிவரமாட்டார்; ரொம்ப உத்ஸாகம். இந்த வகையில்தான் அவர் லால்குடி ரங்கசாமியுடன் (அவர் ஒரு மண்ணெண்ணெய்க் கம்பெனி இன்ஸ்பெக்டர்) உள்ளூரில் ஸர்க்யூட் போகும்போது கூடப் போவார். அவருக்குச் சமைத்துப் போடுவார். தானும் சாப்பிடுவார். தான் லால்குடியின் ஆள் என்று உள்ளூரில் ஏஜண்டுகளிடம் சொல்லிக்கொண்டு திரிவார். அதனால் சில சில்லறைச் சலுகைகளும் அவருக்குக் கிடைக்கும். லால்குடியிடமிருந்து 5, 10 கிடைக்கும். அதற்குப் பட்டைச்சாராயம் வாங்கி அடிப்பார்.

இப்படி நானும் யாராவது பசையுள்ள புள்ளியைத் தொத்திக் கொள்ள வேண்டும் என்பது அவரது ஆசை.

அன்று அவர் லால்குடி வீட்டிற்குப் போயிருந்தார். நல்ல தோலை உரிக்கும் வெயில். கிழவி சமையலறையில் புடவையை விரித்து அதன் மேல் தூங்கிக்கொண்டிருந்தாள். நான் மூன்று தடவை எஸ்.எஸ்.எல்.ஸி.யில் தோற்றாகிவிட்டது. சும்மா வீட்டிலிருந்தேன். ஓசைபடாமல் மேட்டுத் தெருவுக்குப் போய் கள்ளுக்கடைக்குப் போனேன். அங்கிருந்த மீசைக்காரன் முன் நின்றேன்.

"என்ன சாமி?"

நான் வீட்டிலிருந்து கொண்டுவந்த ஆறு அவுன்ஸ் குப்பியை நீட்டினேன்.

"யாருக்கு சாமி?"

"அப்பாவுக்கு."

"துட்டு?"

"சாயங்காலம் கொண்டு தருவார்."

ஒரு நிமிஷம் சிந்தனையில் ஆழ்ந்தான். பிறகு என்ன நினைத்துக்கொண்டானோ என்னவோ, சிரித்துக்கொண்டே சரக்கைக் கொடுத்தான். பேப்பரில் அதைச் சுற்றிக்கொண்டு நடந்தேன். வீட்டினுள் கொல்லைப் பக்கமாக சாமான் அறைக்குள் நுழைந்தேன், பாட்டிலைப் பத்திரப்படுத்த. ஒரே யடியாகக் குடித்தால் மூக்கில் ஏறிவிடும் என்று கேட்டிருந்தேன். இருந்தாலும் தண்ணீர் சேர்த்தாவது ருசி பார்க்கவேண்டும் என்று முயன்றேன். ஆனால், அதற்குள் அப்பாவுக்கு யாரோ சொல்லிவிட்டார்கள். அவர் சாமான் அறைக்குள் நுழைந்து விட்டார். அம்மா காபிக்கு அடுப்பேற்றுவதில் முனைந் திருந்தாள். இவர் என் கையிலிருந்து குப்பியைப் பிடுங்கினார். பிறகு அதைக் காலி செய்துவிட்டு வெளியில் என்னைக் கரகரவென்று இழுத்து வந்தார். ஒரு தூணில் கட்டினார். அம்மாவுக்கும் விஷயம் தெரிந்துவிட்டது.

ஒன்றும் சொல்லவில்லை. இரண்டு பேரும் – நான் அவர்களை வையவில்லை; பார்த்த விஷயம். எல்லாக் கிழவர்–கிழவிகளுக்கும் இது பொருந்தும் – இரண்டு கிழக் குரங்குகள் மாதிரி இருந்தார்கள். அப்பாக் குரங்கு என்னை விளாச ஆரம்பித்தது; அம்மாக் குரங்கு அழுதது. அதற்கு வேறு ஒன்றும் தெரியாது. அப்பாக் குரங்கு கோலெடுத்தால், இது ஆடும். அவளையும் அவர் விளாசியிருக்கிறார். எனக்குப் பொறுக்க

முடியவில்லை. சமயம் பார்த்துக் கையை ஒரு கவ்வு. அம்மாக் குரங்கு அதைப் பலவந்தமாகப் பிடித்து வேறுபடுத்தியது. குடிபோதையில் அப்பா கீழே விழுந்துவிட்டார். ஊர் கூடிவிட்டது. அம்மா சமயம் பார்த்து என்னை அவிழ்த்து, கையில் (எப்படிச் சம்பாதித்தாளோ) ஒரு நாலணாவை அழுத்தி வெளியே விரட்டினாள்.

எனக்கு எல்லாம் மறந்துவிட்டது. சந்நிதித் தெருவில் வெங்கு ஐயர் ஹோட்டலில் – முதலில் அவர் காசைக் காட்டச் சொன்னார் – இட்லி, வடை இவற்றுடன் காபி குடித்தேன். பிரம்மானந்தமாயிருந்தது. பிறகு இறங்கிச் சென்று அந்தப் பக்கமாயிருந்த அம்மன் கோயிலைக் 'காவல்' செய்தேன். கொஞ்ச நாட்களாக சுப்பு தீட்சிதர் பெண் கல்யாணியை வளைய வந்துகொண்டிருந்தேன். அதுவும் முதலில் அசட்டையா யிருந்தது; இப்பொழுது விழித்துக்கொண்டது. ஆனால், அன்று அவளைக் காணவில்லை. நான் வரும்பொழுது இரவு ஏழுமணி.

சாப்பிட்டுவிட்டுப் படுக்கப் போய்விட்டேன். அப்பாக் குரங்கு அம்மாக் குரங்கிடம் பேசிக்கொண்டிருந்தது.

"இந்தச் சனியன் தனியாகத் தொலையமாட்டான் போலிருக்கிறது. இவனுக்கும் ஒரு வழி செய்யணும்..."

"லால்குடியிடம் சொல்லி..."

இது அம்மாக் குரங்கு.

"வேண்டாம். இது அவா வீட்லெ போய் எதையாவது திருடும். சாமிகிட்ட அனுப்பி ஏதாவது வேலையில் வைக்கச் சொல்லலாம் என்று யோசிக்கிறேன்."

"சாமி கேட்பானா என்ன?"

"ஐ.ஸி.எஸ்.ஸா இருந்தால் என்ன? அண்ணன்தானே? மேலும் இதை இங்கிருந்து கிளப்பிட்டாப் போரும். இல்லாட்ட எனக்குத் தலையெடுக்க முடியாது. சாமிக்கு எழுதிட்டேன். என்ன சொல்றே?"

அம்மாக் குரங்குக்கு ரொம்ப சந்தோஷம். 'ஆனால், இது போகுமா?' என்று ஒரு சந்தேகம்.

4

நான் சந்தேகத்திற்கு இடம் வைக்கவில்லை. ஆழ்வார் திருநகரியிலிருந்து பட்டணத்திற்கு வந்தேன். லால்குடியிடமிருந்து அப்பா வாங்கிக்கொடுத்த பணத்தில் ஐந்து ரூபா பாக்கி. நேரே மயிலாப்பூரில் கிருஷ்ணசாமி ஐயங்கார், ஐ.ஸி.எஸ். வீட்டிற்குப் போனேன். கையில் ஒரு காக்கிப் பை. அதில் மூன்று அழுக்கு வேஷ்டியும் இரண்டு ஷர்ட்டும் ஒரு பனியனும் (புதிதாகத் தைத்தது). இவ்வளவுதான் என் பூர்வ சொத்து. சாமி ஐயங்கார் ஒரு ஜட்ஜ் என்று தெரிந்தது. ஒரே ஒரு பெண் மாத்திரம் இருந்தாள். வத்ஸலா. அப்படி ஒன்றும் தீட்சிதர் பெண்ணைவிட அழகில்லை. என் பெரியம்மா வந்தாள். காதில் வைர ஓலை பளிச்சிட்டது. நல்ல சிவப்பு. கொஞ்சம் பாரியான தேகம். கழுத்துக்கடியில் ஒரு சதைக்கட்டி. என்னைப் பார்த்ததும் யாரோ பட்டணத்தில் பிச்சை எடுக்க வந்தவனைப் போல் அவளுக்குத் தோன்றியிருக்க வேண்டும். அந்த வேஷத்தில்தான் இருந்தேன். பசி வேறு.

"நீ யாரப்பா?"

"ஆழ்வார் திருநகரியில் ராமசாமி அய்யங்கார் பிள்ளை... அப்பா இங்கு அனுப்பியிருக்கிறார்."

"உங்க அப்பா இப்பவும் அப்படியேதான் இருக்கிறானா?"

இதற்குள் அந்தப் பெண் நான் இருந்ததைக் கவனிக் காமலேயே வெளியில் காரில் ஏறி காலேஜுக்குச் சென்றாள். நான் ஒன்றும் சொல்லவில்லை. அவள் பதிலை எதிர்பார்த்த தாகத் தெரியவில்லை. சொல்வதற்கு என்ன இருக்கிறது?

"உங்க பெரியப்பா கோர்ட்டுக்குப் போயிருக்கார். நீ போய்ச் சாப்பிட்டுப் பின்கட்டிலிரு. அவர் வந்ததும் சொல்லி அனுப்புகிறேன்." இதைச் சொல்லிவிட்டு அவள் மாடிக்குப் போய்விட்டாள்.

நான் 'பின்கட்டு'க்குப் போனேன். பெரிய வீடு. சமையல் அறையில் ஒன்று விடாமல் எல்லா அலமாரிகளும் பூட்டப் பட்டிருந்தன. வலை பீரோக்குள் விதவிதமாகப் பழங்கள் பளபளத்தன. பெரியம்மாவுக்கு ஒன்றையும் பாழாக்க விருப்ப மில்லையாதலால் சிலசமயம் இவைகள் இருந்தவாறே அழுகி விடும் என்றும், அப்படி அழுகிவிட்டால் வேலைக்காரனையும் சமையல்காரனையும் திட்டுவாள் என்றும் தெரிந்தது. சமையல் காரனுக்கு அரிசி முதல் உப்பு வரை அளந்து கொடுத்துவிட்டுச் சாமான் அறையைப் பூட்டிக்கொண்டு போய்விடுவாளாம். சமையற்காரனுக்கு என்னிடம் அனுதாபம்; தன் வர்க்கத்தைச் சேர்ந்தவன் என்றிருக்கலாம். நன்றாகச் சாப்பிட்டேன்.

மேலே போனேன். பெரியம்மா நாலு பெரிய மனிதர் வீட்டுப் பெண்களுடன் பேசிக்கொண்டிருந்தாள். என்னைப் பார்த்ததும், "நீ கீழே போய் நாராயணனுடன் (சமையற்காரன் பெயர்) இரு. பெரியப்பா வந்ததும் உனக்குச் சொல்லி அனுப்புகிறேன்" என்றாள். நான் கீழே போய்விட்டேன். அவர் வருவதற்கு 5 மணி ஆகும் என்று தெரிந்தது. கையில் ஐந்து ரூபாய் இருந்ததால் பட்டணம் சுற்றிப் பார்க்கச் சென்று விட்டேன். (மேலும் மணி மூன்று ஆகிவிட்டது. மேலே டிபன் சென்றது. பெரியம்மா உத்திரவு இல்லாமல் எனக்கு ஒன்றும் கிடைக்காது என்று தெரிந்தது. எனக்கு வயிற்றைக் கிள்ளியது. ஹோட்டலில் சென்று ஒரு ரூபாய்க்குச் சாப்பிட்டுவிட்டு நாலரை மணிக்கு வந்தேன்.) ஐந்தரை மணிக்கு சாமி ஐயங்கார் ஆபீஸ் அறைக்கு (அது கீழே இருந்தது) என்னை அழைத்துப் போக வேலைக்கார முனிசாமி வந்தான்.

அங்கு சாமி ஐயங்கார் இருந்தார். அப்பாவைப் போல மூக்கும் முழியுமாக இருந்தார். ஆனால், அப்பாவுக்குச் சட்டை போடற கெட்ட வழக்கம் கிடையாது. இவர் ஒரு சலவை செய்த பனியன் போட்டுக்கொண்டிருந்தார். தங்க விளிம்பு மூக்குக் கண்ணாடி. ஆள் குட்டை.

"ஏண்டா, நீதான் பாச்சாவா?"

"ஆமாம்."

"ஏண்டா, சாமி இப்ப எப்படி இருக்கான். ஒரு கள்ளுக் கடை பாக்கி வைக்காமல் போயிண்டிருக்கானா!"

இதற்கு நான் பதில் சொல்லவில்லை. அவர் எதிர் பார்க்கவும் இல்லை.

"என்னடா வயது?"

"இருபது."

"எது வரையிலும் படிச்சிருக்கே?"

"ஆறாவது பாரம் வரை."

"பாஸானயாடா?"

மௌனம்.

"ஏண்டா கம்னாட்டி! உன்னைத்தான் கேட்கிறேன். உங்க அப்பன் உனக்கு ஒரு வேலை போட்டுத் தரணும்னு எழுதியிருக்கானேடா!"

நான் ஒன்றும் பதில் சொல்லவில்லை. இந்தக் குரங்கும் லேசுப்பட்டதில்லை என்று தெரிந்துகொண்டேன். பிறகு பளிச்சென்று ஒரு யோசனை தோன்றியது. "பெரியப்பா! மறந்து போய்விட்டேனே" என்று சொல்லிக்கொண்டே அவர் காலில் விழுந்து நமஸ்காரம் பண்ணினேன். இதை அப்பா அவரைக் கண்டதும் செய்யச் சொன்னார். இதற்குப் பின் அதற்கு மனம் குளிர்ந்துவிட்டது.

"சரி; நாளை முதல், டாணாத்தெருவில் என் ஆபீஸ் கிளார்க் மார்க்கபந்துவின் மாப்பிள்ளை ரங்கசாமி ஒரு இன்ஸ்டிட்டியூட் போட்டிருக்கான். அங்கு காலை 10 மணிக்குப் போய் டைப் அடிக்கிறதும், மாலை 4 மணிக்கு சுருக்கெழுத்தும் கற்றுக்கொள். இங்கு பெரியம்மாவுக்கு ஒத்தாசையாகவும் இரு. பிறகு வேலை விஷயமாகப் பார்க்கலாம்."

நான் வெளியே போக ஆரம்பித்ததும் என்னைக் கூப்பிட்டு, "இனி நீ என்னுடன் பேசும்பொழுது இங்கிலீஷில் பேச வேண்டும். தெரிந்ததா?" என்றார். நான் திரும்பிப் பார்க்காமலேயே, "எஸ் ஸார்" என்று சொல்லிவிட்டுப் போனேன். இந்தக் குரங்கும் லேசுப்பட்ட குரங்கில்லை. எனக்கும் படிப்புக்கும் ரொம்ப தூரம். அதுவும் தினந்தோறும் இன்ஸ்டிட்டியூட்டிற்குப் போவது என்பது என்னால் முடியாது.

அடுத்த நாள் காலையில் குளித்துவிட்டு வெளியே வந்ததும் பெரியம்மா என்னைக் கூப்பிட்டாள்.

"நாராயணன் காய்கறி வாங்கியதை எடுத்து வைத்துக் கொண்டிருக்கிறான். வத்ஸலாவுக்குக் காலேஜ் போக நாழியாகி விட்டது. நீ அவளுக்குத் தட்டு, தண்ணீர் எல்லாம் எடுத்து வைத்துவிட்டு வந்து சொல்."

எனக்கு ஆட்சேபம் இல்லை. செய்தேன். பிறகு டாணாத் தெருவுக்குப் போனேன். அந்த ரங்கசாமி நாமமும் குடுமியுமாகப் பளிச்சென்றிருந்தார்.

"யாரு? ஜட்ஜ் கிருஷ்ணசாமி ஐயங்கார் தம்பி பிள்ளையா? ஒரு நாள் தப்பாமல் வரணும்; தெரிந்ததா? சரி, நாளைக் காலை 10 ரூபாய் கொண்டு வந்து பெயரைப் பதிவு செய்துகொள்."

"சரி."

வெளியில் வந்து 'சுதேசாபிமானி' பத்திரிகை வாங்கிப் படித்ததும், கோயில்பட்டியில் காங்கிரஸ் தொண்டர் லட்சுமிநரசிம்மன் தலைமையில் கடைத்தெரு மறியல் என்று தெரிந்தது. அவனை எனக்குத் தெரியும். எங்கள் ஊர்க்காரன். கெட்டிக்காரன். ஆனால், மேல்படிப்பை நிறுத்திவிட்டுக் காங்கிரஸ் இயக்கத்தில் சேர்ந்தான். அவனைப்போல ஆகிவிட நானும் தீர்மானித்துவிட்டேன்.

பெரியம்மாவிடம் போனேன். "இன்ஸ்டிட்டியூட்டில் சேர 15 ரூபாய் வேண்டும்" என்றேன்.

"ஏண்டா, ஸாமி ஒண்ணும் கொடுக்கலையா?"

"இல்லை."

"சாப்பாடுதான் போடறோம். இது வேறயாடா?"

"பெரியப்பாதான் சொன்னார்" என்று இழுத்தேன்.

"நாராயணா!" என்று ஒரு கர்ச்சனை.

நாராயணன் வந்தான்.

"உன் சம்பளத்தில் (பெட்டியில் வைத்திருப்பாயே) இருந்து இந்தப் பையனுக்கு 15 ரூபாய் கொடு. செக் மாறினப்புறம் உனக்குக் கொடுக்கிறேன்."

"நீ சீக்கிரம் திரும்பி வா. நான் ராமா சேட் கடையிலிருந்து அப்புரூவலுக்கு எடுத்து வந்த புடவை இரண்டைத் திருப்பிக் கொடுக்க வேண்டும்."

"சரி" என்று தலையசைத்துவிட்டுப் பையுடன் கிளம்பினேன். நாராயணன் கொடுத்த பணம் இருந்தது.

"ஏண்டா, பை எதற்குடா?"

"பெரியப்பாதான் அழுக்கைக் கட்டிண்டு அலையாதே, இன்ஸ்டிட்டியூட்டுக்கு 'நீட்'டா டிரஸ் பண்ணிண்டு போன்னார். அதுதான் இந்த அழுக்கை லாண்டிரிக்குப் போடப் போகிறேன்."

"சரி, சீக்கிரம் வந்துடு."

எனக்கு அப்பா – அம்மா சகவாசம் அலுத்ததுபோல் பெரியப்பா – பெரியம்மா சகவாசமும் இரண்டே நாளில் புளித்துவிட்டது. எல்லாம் ஆஞ்சநேயர் பட்டாளம்! அந்தப்

பெரிய வீட்டுச் சமையற்காரனுக்கு அந்தப் பதினைந்து கிடைத்துவிடும். அப்பாவோ அம்மாவோ பெரியப்பாவோ ஒருவரும் என்னைத் தேடமாட்டார்கள். ஸ்டேஷனுக்குப் போய் கோயில்பட்டிக்கு டிக்கட் வாங்கினேன்.

சாரதி நிறுத்தினான். முள் பத்தில் நின்றது. ஒரு ஹோட்டலுக்குச் சென்றுவிட்டு (இப்பொழுது நான் தனியாக இருந்தேன்) என் அறைக்குப் போனோம். நான் சாரதி சொன்னதை மனதில் மென்றுகொண்டிருந்தேன்.

5

வெளித் திண்ணையில் எதிரும் புதிருமாக உட்கார்ந்தோம். சாரதியின் சிகரெட்டின் நெருப்பு ருத்திரமாகப் பிரகாசித்தது. நிசப்தத்தில் அவன் குரல் ஒரு ஆறு போல் சலசலவென்று ஆழமான வேகத்துடன் ஒலித்தது.

கோயில்பட்டியில் காங்கிரஸ் ஆபீஸில் லட்சுமி நரசிம்மனைப் பார்க்கமுடியவில்லை. முடியாது என்றும் தெரிந்துகொண்டேன். இது எனக்கு ஒரு கசப்பை அளித்தது. மற்ற எதையும்விட, ஆஞ்சநேயர் முகத்தில் ஒரு கவளம் வெண்ணெய் எடுத்து விசிற வேண்டும் என்று சொல்லிக்கொண்டேன்.

கடைத்தெருவில் மறியல் நடந்தது. அடிபட்டுத் தப்பியவர் களில் நானும் ஒருவன். அப்படிப் பெரிய அடியுமில்லை. கையில் மூன்று ரூபாய் மீதி. விடிந்தால் என்ன செய்வது என்று தெரியவில்லை. என்றாலும், படிப்பு வராதவனுக்குச் சொந்த புத்தியை வைத்துக்கொண்டு பிழைக்கத் தைரியம் வேண்டும். இரவல் மூளை அவனுக்குப் பயன்படாது. காலையில் காபி குடித்து வருகிற வழியில் ஒரு 'அநாதாச்ரமம்' கண்ணில் பட்டது. தைரியமாக உள்ளே நுழைந்தேன். உள்ளே போனதும்தான் அது பெண்களுக்கு மாத்திரம் என்று தெரிந்தது. அந்த விடுதியின் தலைவியைப் பார்க்கவேண்டும் என்றேன். வேலைக்காரன் என்ன நினைத்துக்கொண்டானோ என்னவோ, என்னை ஆபீஸ் அறைக்குள் அழைத்துக்கொண்டு சென்றான். வயதான ஒரு ஸ்திரீ மூக்குக் கண்ணாடி போட்டுக்கொண்டு உட்கார்ந்திருந் தாள். பெரியப்பா ஞாபகம் வரவே ஒரு கும்பிடு போட்டேன்.

"யாரைப் பார்க்க வேண்டும்."

எனக்கு ஒன்றும் சொல்லமுடியவில்லை. கண்ணில் அழுகை துருத்திக்கொண்டு வந்தது. நேற்று அடிபட்ட க்ஷீணம் வேறு.

"ஏன், உடம்பு சரியாக இல்லையா?"

"ஒன்றுமில்லை... கையில் காலணா இல்லை. நேற்று மறியலில் வேறு அடி. அப்பா, அம்மா ஒருத்தருமில்லை. படிப்பும் வரவில்லை. இங்கு பெட்டி, படுக்கை எடுக்கும் எடுபிடி தொழிலாவது கிடைத்தால் தேவலை. ஆறாவது பாரம் வரை படித்திருக்கிறேன்."

"இது பெண்கள் விடுதி ஆயிற்றே!"

இப்பொழுது அங்கு ஒரு வெள்ளைக் கதராடையும் ரவிக்கையும் அணிந்த 35 வயது என்று மதிக்கத் தோன்றும் பெண்மணி வந்தாள். தீர்க்கமான நாசி; கண்களில் அதிகாரத்தின் மிடுக்கு; தலைமயிர் ஒன்றிரண்டு நரைத்திருந்தது. வந்தவுடன் ஒரு நிமிஷம் அவள் என்னைப் பார்த்த சுவடு தெரியாமல் என்னைப் பார்த்ததைக் கவனித்தேன்.

வெளி அறையில் யாரோ, "சகோதரி சாரதா வந்து விட்டாள்" என்று பேசியது காதில் கேட்டது. "இவள்தான் 'சகோதரி சாரதா'வா?" என்று அவளை ரொம்ப நாள் தெரிந்தவன் மாதிரி என்னையே கேட்டுக்கொண்டேன். இவளிடமும் என் கைவரிசையைக் காண்பிக்கத் தீர்மானித்துக் கொண்டேன். அவள் என்னைப் பார்த்துவிட்டுத் தலைவியையும் பார்த்தாள். நான் நின்றுகொண்டிருந்தேன். தலைவி என்னைப் பார்த்து, "இன்னும் ஏன் நின்றுகொண்டிருக்கிறாய்?" என்றாள்.

நான் பதில் சொல்லாமல் சகோதரி சாரதாவைப் பார்த்தேன். அவள், "இவனுக்கு என்ன வேண்டுமாம்?" என்றாள்.

"வேலை."

"இது பெண்கள் விடுதியாயிற்றே!"

"அதைத்தான் நானும் சொன்னேன்."

நான் பேசாமல் நின்றேன். அவர்கள் பேசிக்கொண்டிருந் தார்கள். பிறகு சகோதரி சாரதாவைப் பார்த்து, "நான் போய் வரட்டுமா?" என்றேன். அவள் என்ன நினைத்துக் கொண்டாளோ என்னவோ, என்னைப் பார்த்து, "உனக்கு என்ன வேலை தெரியும்?" என்று கேட்டாள்.

நான் தயங்காமல், "இங்கிலீஷ் சுமாராக எழுதப் படிக்க தெரியும். எடுபிடி ஆளாகக்கூட இருக்கத் தயார்" என்றேன்.

"சரி நாளைக்கு இந்தச் சமயத்தில் என்னை வந்து பார்."

நான் எனது நன்றியை அறிவித்துவிட்டுப் போனேன். தலைவி சாரதாவைப் பார்த்துக்கொண்டிருந்ததைப் பார்த்தேன்.

எனக்கு என்ன நடந்தது என்று தெரியாது. அடுத்த நாள் போனதும் என்னைப் பார்த்துத் தலைவி, "ஆபீஸில் உன்னை வேலைக்கு வைத்திருக்கோம். விடுதிக்கு வேண்டிய சாமான்களை வாங்கிப் போடுவது, கணக்கு எழுதுவது இவையெல்லாம் செய்யவேண்டும். இங்கு சாப்பிடலாம். ஆனால், வெளியில்தான் நீ ஜாகை வைத்துக்கொள்ள வேண்டும். மாதம் 30 ரூபாய் சம்பளம். சகோதரி சாரதாவின் ஏற்பாடு இது. என்ன சொல்கிறாய்?" என்று கேட்டாள்.

"சரி" என்றேன்.

வாரத்திற்கு இரண்டு முறை விடுதிக்கு வேண்டிய காய்கறியை வாங்குவதும் என் வேலை என்று தெரிந்தது. மாதா மாதம் சாமான் கடைக்குப் பணம் கொடுப்பது, பாங்கில் பணம் அடைப்பது ஆகியவைகளும் என்னைச் சார்ந்தது எனத் தெரிந்தது. வேறொரு கிளார்க்கும் பாங்கிலிருந்து ரிடையரான கிருகஸ்தன் – ஆரோக்கியசாமி – இதை முன் செய்து வந்தான். இப்பொழுது அவன்மீது சகோதரி சாரதாவுக்கு அதிருப்தி என்று தெரிந்தது. காரணம், சகோதரி சாரதாவிடம் கேட்காமல் தலைவியிடம் நேரடியாகக் கேட்டு அவன் அட்வான்ஸாகச் சம்பளத்தில் பத்து ரூபாய் கடன் வாங்கினதுதான் என்று தெரிந்தது.

ஒருநாள் அவனுடன் கடைக்குப் போகும்பொழுது, "இது வாஸ்தவமா?" என்று கேட்டேன்.

"ஆமாம்."

"ஆனால், அலமேலு அம்மாள்தானே தலைவி?"

"ஆமாம்."

"பின்?"

"உங்களுக்கு ஒன்றும் தெரியாதா?"

"என்ன?"

"அலமேலு அம்மாள் ஆறாவது வரைதான் படித்திருக்கிறாள். அப்படிப் பெரிய கையுமில்லை... மேலும்..."

அவன் நிறுத்தினான். நான் அவனைப் பார்த்தேன்.

"நீங்கள் இங்கு வந்தது சகோதரி சாரதா மூலம் என்று தெரியறது. அவங்க கிட்டப் போய் ஏதாவது சொல்லி வைத்து விடாதீர்கள்."

"நீ ஏன் என்னைச் சந்தேகிக்கிறாய்? ஒருத்தனைக் கெடுத்து நான் ஏன் வாழவேண்டும்?"

“சரி, உன்னை நம்புகிறேன். சகோதரி சாரதா இந்த ஊர் கலெக்டர் ராமாநுஜத்திற்குத் தூர உறவு. வந்த கொஞ்ச நாட்களுக்குப் பிறகு எல்லோருமே அவளுடைய வாழ்க்கையைப் பற்றித் தெரிந்துகொண்டார்கள். கலெக்டரின் மனைவி சிப்பந்திகளுக்கு எதிரில் அலமேலுவிடம் சொல்லிக் கொண்டிருந்தாள். அவளுக்குச் சாரதா தன்னை அணுகாமல் தன் புருஷனை நேரடியாகப் பார்த்தது கோபம். சாரதா அம்மாளுக்குக் கல்யாணம் ஆகிவிட்டதாகத் தெரிந்தது. புருஷனுடன் ஐந்து வருஷம் வாழ்ந்ததாகத் தெரிகிறது. முதலிலேயே அவன் என்ஜின் டிரைவர் மாதிரி (இது கலெக்டர் மனைவியின் ‘வாக்குமூலம்’. எவ்வளவு தூரம் உண்மை என்பது தெரியாது) இருந்ததால் கல்யாணம் பண்ணிக்கொள்ளமாட்டேன் என்றாளாம். தகப்பன் கிடையாது. உறவினரிடமிருந்து பணம் வாங்கிக் கல்யாணம் நடத்தவேண்டிய நிலைமை. அந்த அம்மாள் கண்ணீர்விட்டு இவளைச் சம்மதிக்கச் செய்தாள்.

அந்த ஆளுக்கு ஒரு மில் கம்பெனியில் அக்கௌண்டன்ட் வேலை. முக்கால்வாசி நாள் வீட்டுக்கே வரமாட்டான். வந்தாலும் போதையில் இருப்பான். இந்த அழகில் இரண்டு பெண் குழந்தைகள். ஒருநாள் போதையில் வந்து கதவைத் தட்டியிருக்கிறான்.”

“யார்?”

“நான்தான் சீனு.”

பதில் இல்லை. அவனும் பேசாமல் இந்தப்புரம் நின்றுகொண்டிருந்தான். அவன் போய்விட்டானா என்று பார்க்க இவள் கதவை மெல்லத் திறந்ததும், அவன் உள்ளே பலாத்காரமாக நுழைந்திருக்கிறான். அடுத்த நாள் இவள் இரண்டு குழந்தைகளையும் அழைத்துக்கொண்டு யார் சொல்லியும் கேளாமல் இங்கு வந்துவிட்டாள். அவன் அடிக்கடி வந்து மறுபடியும் வரச்சொல்வான். இவள் பிடிவாதமாக மறுப்பாள்.”

“ஒரு மாதிரியாக இருக்கிறது. ஆனால், அந்த மனிதன் அவ்வளவு மோசமா?”

“ஒன்றும் சொல்லமுடியவில்லை. இங்கு எப்பொழுதாவது வந்தால் குழந்தைகளை அழைத்துக்கொண்டு கடைக்குப் போய் இவள் பற்றில் அவைகளுக்கு வேண்டியதை வாங்கிக் கொடுத்துவிட்டு, தனக்கு வேண்டியதையும் வாங்கிக்கொண்டு போய்விடுவான். அப்படிப் பணம் இல்லாதவனும் இல்லை.”

"இவள் மீதுள்ள ஆத்திரமாக இருக்கலாம். இருந்தாலும் இவள் இதையும் தடுத்துவிட்டாள். இப்பொழுதெல்லாம் அவன் வருவதில்லை. பயம்."

"ஏன்?"

"அவனுக்கு மாத்திரமில்லை. எல்லோருக்குமே, இங்கு இவள் உபதலைவி. ஒருநாள் கணக்கில் ஒரு ஐந்து ரூபாய் துண்டு விழவே அலமேலு அம்மாளை அழவிட்டு விட்டாள்."

"அவளால் ஒன்றும் செய்ய முடியவில்லையா?"

"எப்படி முடியும்?"

"ஏன்?"

"இவள் வந்ததும் அநாதைகளைத் தேர்ந்தெடுப்பதில் விசேஷ கவனம் செலுத்தினாள். உறவினரிலேயே பல பணக்காரர்கள். மீட்டிங்கில் நன்றாகப் பேசுவாள். நிறைய நிதி திரட்டியிருக்கிறாள். கலெக்டர் இவள் சொன்னபடி கேட்கிறார். உண்மையில் இவள்தான் தலைவி."

நான் வந்து ஒரு மாதமிருக்கும். ஓரிரண்டு தடவை மாத்திரம் என்னைப் பார்க்கும்பொழுதெல்லாம், "வேலை பிடித்திருக்கிறதா?" என்று சிரித்துக்கொண்டே கேட்பாள். நானும் ஒன்றும் சொல்லமாட்டேன். 30 ரூபாய் வருமானம் எனக்குப் போதவில்லை.

ஒருநாள் விடுதலை. விடுதியில் ஒருவருமில்லை. அலமேலு அம்மாள் என்னிடம் சகோதரி சாரதாவைப் பார்த்து வருமாறு அவள் 'உத்தர'வின்படி அனுப்பினாள். போனேன். எதற்கு அழைத்தாள் என்று தெரியவில்லை. சிறிதுநேரம் அவள் ஒன்றும் பேசவில்லை. அங்கு வேறு ஒருவருமில்லை என்பதை நான் கவனித்தேன். நான் கவனித்ததை அவளும் கவனித்தாள் என்பதை நான் உணர்ந்தேன்.

சிறிதுநேரம் கழித்து, "அடுத்த வாரம் ஆஸ்பத்திரிக்கு 'பைல்'ஸுக்கு ஆபரேஷன் செய்துகொள்ளப் போகிறேன். உன்னால் அங்கு வரமுடியுமா, எனக்குத் துணைக்கு?" என்று கேட்டாள்.

முதலில் நான் ஒன்றும் பேசவில்லை. யோசித்துப் பிறகு சொல்வதாக அவளிடம் விடைபெற்றுக்கொண்டேன்.

ஒன்றும் சொல்லவுமில்லை.

இரண்டு நாட்கள் கழித்து என் எதிரிலேயே அலமேலு விடம், "இவன் எப்படி வேலை செய்கிறான்?" என்று கேட்டாள்.

"ஏன், மோசமில்லை."

"முன்புள்ள சுறுசுறுப்பில்லை."

நான் ஒன்றும் சொல்லவில்லை. இப்பொழுது எல்லாம் என்னைப் பார்த்தும் பார்க்காதது மாதிரி போக ஆரம்பித்தாள். நாலுநாட்கள் கழித்து ஆபீஸில் என்னைக் கூப்பிட்டார்கள். அலமேலு அம்மாள் மாத்திரம் இருந்தாள்.

"நாளை முதல் பாங்குக்குப் பணம் அடைப்பதற்கு நீ போகவேண்டாம். ஆரோக்கியசாமியே அதைப் பார்த்துக் கொள்வான்."

"ஏன்?"

"நீ சகோதரி சாரதாவிடம் ஏதாவது மரியாதைப் பிசகாக நடந்துகொண்டாயா?"

"ரொம்பவும் மரியாதையாகத்தானே நடந்துகொண்டேன்?"

"சரி, நான் அவளிடம் பேசிப் பார்க்கிறேன்."

நான் ஒன்றும் பேசவில்லை. நவக்கிரகங்களில் ஐந்து கிரகங்களின் தரிசனம் கிடைத்தது போதும் என்று மறுபடியும் ஆழ்வார் திருநகரிக்குப் போனேன்.

6

கடிகாரத்தின் முள் 12இல் நிற்கிறது. நான் சாரதி சொன்னதை அவன் போனபிறகு நோட்புக்கில் எழுதி வைத்துக் கொண்டேன். அவன் வாழ்ந்த கதையை நான் ஊன்றிக் கேட்க விரும்பியதால் அவன் இங்கேயே தங்குவதற்கு ஒரு ஏற்பாடு செய்துகொண்டோம். ஒரு 'ஹாஸ்டலில்' தனி அறை ஒன்றில் அவன் தாமதித்தான். மாலை என் அறையிலாவது ஸெக்ரெட்டரியட்டின் பின்புறமாக உள்ள புல்தரையிலாவது சந்திப்போம்.

அடுத்த நாள் ஏற்பாட்டின்படி ஏழு மணிக்கு என் அறைக்கு சாரதி வந்தான். நான் காத்துக்கொண்டிருந்தேன். அவன் சிகரெட்டில் 'புகை' விழாமல் நீண்டுகொண்டிருந்தது. அவன் ஆரம்பித்தான்.

வீட்டில் என்னை எதிர்கொண்டழைக்க யாரும் வரவில்லை. 'சிறிய திருவடி' வீட்டில் இல்லை. அம்மா இன்னும் இலையாக இளைத்திருந்தாள். நான் சாப்பிட்டு வெளியில் இறங்கும் சமயம் அப்பா வீட்டுக்குள் நுழைந்தார். என்னைப் பார்த்தவுடன் இரைந்தார்.

"நீ என் பெயரைக் கெடுக்கத்தான் வந்திருக்கிறாய்!... ஏண்டா, சாமி வீட்டுச் சமையற்காரன் பணத்தைத் திருடிக் கொண்டு போய்விட்டாயாமே? அப்பவே இவகிட்டச் சொன்னேன். 'லால்குடி' வீட்டில் உன்னை ஏற்ற லாயக்கில்லை என்று. உன்னை வைத்துக்கொண்டு எப்படிடா வெளிலெ தலை காட்ட முடியும்? எத்தனை நாள் இங்கெ 'டேரா' அடிக்கிறதா உத்தேசம்?"

"வெள்ளிக்கிழமை போறேன்."

"அந்த மட்டும் சந்தோஷம்."

அவர் அம்மாவைத் துரத்தப் போய்விட்டார்.

'வெள்ளிக்கிழமை' என்று வார்த்தைக்குச் சொன்னது அல்லாமல் எங்கும் எனக்குப் போவதாக உத்தேசமில்லை.

ஆனால், நான் எல்லோரையும் விட்டுவிட்டு வந்தாலும் என்னை ஒருவரும் விடுவதாகத் தெரியவில்லை. வெளியில் இறங்கினதும் நான் முதலில் பார்த்தது, வாசுதேவ ராவ்.

ஒற்றைநாடி தேகம்; கம்பி மீசை; அமெரிக்கன் கிராப். பார்த்தாலே சிலர் அவனைக் கில்லாடி என்று சொல்லி விடுவார்கள். காந்திக் கட்சியில் சேர்ந்ததிலிருந்து இந்தப் பெயர் அவனுக்குக் கவுரவமான மனிதர்கள் கொடுத்தது. இப்பொழுது அவன் ஒரு கம்யூனிஸ்டு. ஏன் என்று தெரியாது. என்னை அவனுக்குத் தெரியும். என்னிடம் வந்தான்.

"காட்டாத்துறைக்கு வரயாடா?"

"எப்ப?"

"உடனடியாக."

"என் கையில் காலணா இல்லையே."

"அதெல்லாம் நான் பார்த்துக்கொள்கிறேன்; உனக்குச் சம்மதமா?"

"அங்கு என்ன செய்யவேண்டும்?"

"வெற்றிவேலின் உதவி ஆசிரியராக இருக்கவேண்டும்."

நான் மறுபடியும் பையும் கையுமாக அவனைப் பின் தொடர்ந்தேன்.

அப்பா என்னையும் ராவையும் பார்த்துக்கொண்டு நின்றார். கொஞ்சநேரம் சென்று உள்ளே சென்றார். அம்மா விடம் என்னைப் 'பாடையில் கட்டிவிட்டதாக' நினைத்துக் கொள் என்று சொல்வார் என்று எனக்குத் தெரியும். அப்படிச் சொல்லியும் இருக்கிறார். அவருக்குத் தான் ஒருத்தர்தான் தன்வழி போக உரிமை பெற்றவர் என்ற நினைவு.

இன்று எனக்குக் கிட்டத்தட்ட 40, 45 வயசு ஆகும். இப்பொழுது பார்க்கும்பொழுது ஒவ்வொரு அனுபவத்தையும் தட்டி ஒதுக்கிவிட்டே வந்திருக்கிறேன். ஒருவேளை அப்பாவுக்குச் சலாம் போட்டுக்கொண்டிருந்தால் ஊருக்கு நல்ல பிள்ளையாக எல்லார் வீட்டுத் தொண்டனாக வாழ்க்கை ஒரு வகையில் போயிருக்கலாம். பெரியப்பாவுக்குக் குடை பிடித்திருந்தால் இது நடந்திருக்கும். ஏதோ பத்து நூறு என்று ஒரு வேலையில் குடியும் குடித்தனமுமாக அவர் வீட்டுப் பிரஜையாகவே கஷ்டம் அதிகமில்லாமல் வாழ்ந்திருக்கலாம். சகோதரி சாரதாவுக்கு வலது கையாக நானும் ஒரு பெரிய சமூகத் தொண்டன் என்ற பெயரெடுத்திருக்கலாம். ஆனால், இதற்கொன்றும் எனக்குப் பிராப்தம் இல்லை.

நான் படத்தைப் பார்த்தேன்.

படம் ஸ்டாலினுடையது. ஏறக்குறைய ஸ்டாலின் மாதிரியே நாயுடுவும் மீசையை வெட்டியிருந்தார். அதே ஷர்ட் கோட் அதிலும் ஆச்சரியம் பாண்ட்டும் போட்டிருந்தார்.

ராவிடம், "என்ன தம்பி, நான் சொல்றதென்ன? இவாள்ளாம் அவதார புருஷா மாதிரி" என்றார்.

ராவ்: "திருவுடையாரைக் கண்டால் திருமாலைக் கண்டேன்."

நாயுடு: "தம்பி இன்னொரு தடவை சொல். இப்பெல்லாம் நல்ல தமிழைக் கேட்கக் காது வெம்பிக் கிடக்கு. அந்தக் காலத்திலேன்னா, நாக்கிலே தமிழ் விளையாடும்... அது சரி; தம்பி யார்?"

ராவ்: "ஆழ்வார் திருநகரியில் சாமி ஐயங்கார் புதல்வன்."

நாயுடு: "அப்படியா? நம்ம ஊராச்சே! தம்பிக்குப் பாசுரம் பாடம் உண்டா?"

ராவ்: "பையனுக்கு அரசியலில் கிறுக்கு. வழிநெடுக ஸ்டாலினைப் பற்றித்தான் பேச்சு."

நாயுடு: "தம்பிக்குக் கல்யாணம் ஆச்சா?"

ராவ்: "பெரியவாள் கிருபையில் ஆகணும்"

நாயுடு, "தம்பி! தமிழில் ஏதாவது எழுதியிருக்கிறாயா?" என்று என்னைக் கேட்டார்.

தயாராக எடுத்து வைத்திருந்த என் கதைகள் ஒன்றிரண்டைக் காட்டினேன், பார்வையிட்டார். பிறகு அபிப்பிராயம் தெரிவித்தார்.

"இங்கு வேலை செய்ய இஷ்டமா?"

"தாராளம்."

"சம்பளம் கிடையாது."

நான் ராவ் முகத்தைப் பார்த்தேன்.

"வேண்டாம். ஆனால், தம்பிக்கு வீட்டிலும் ஒண்ணும் கிடையாது."

"பாவிப் பசங்க, காந்தி பெயரைச் சொல்லி நாட்டைப் பாழாக்கினாங்க! தம்பி, இப்ப கையிலே இதை வச்சுக்க. இந்த ஆபீஸிலேயே படுத்துக்க. கட்சியிலிருந்து ஏதாவது கிடைச்சா, பிறகு சம்பளம் ஏற்பாடு செய்யறேன். பிறகு பார்க்கலாம்."

ராவ் நின்றுகொண்டிருந்தான்.

"இன்னம் என்ன தம்பி வேணும்?"

"இன்ஜினியர் கிட்ட அழைத்துப் போறேன்னிங்க."

நாயுடு: "இன்றுதானா?"

ராவ்: "ஆமாம்."

நாயுடு: "டயரியைப் பார்க்கட்டும். சரி; என்கேஜ்மென்ட் இல்லை. சரியா ஐந்து மணிக்குக் காரைக் கொண்டு வா."

வெளியில் வந்ததும் ராவ், சிநேகிதர் ஒருவருக்காகச் சின்ன தோதில் ஒரு கான்ட்ராக்டுக்கு இன்ஜினியர் உதவியை எதிர்பார்த்ததாகத் தெரிந்தது. நாயுடுவும் இன்ஜினியரும் சிநேகிதர்கள். மேலும், காட்டாத்துறையில் நாயுடுவினால் கட்சி பலக்கிறது என்றும் ஒரு வதந்தி.

சாயங்காலம் கார் வந்தது. நான் 'ஆபீஸில்' இருந்தேன். அவர் வரும் வரை என்னை இருக்கச் சொன்னார். வந்ததும் வீட்டுக்குப் போய்விட்டார்! 15 நாட்கள் கழித்து ஒருநாள் பரபரப்பாக, "தம்பி, ஸ்டாலினுக்கு உடல்நிலை மிகவும் கவலைக்கிடமாக இருக்கிறதாம்!" என்றார்.

எனக்கு இருந்த சொற்ப அரசியல் அறிவிலுங்கூட இந்த மனிதனைப் பார்த்து அழுவதா சிரிப்பதா என்று தெரியவில்லை. ஆபீஸில் வந்த பிறகு அறிந்த தகவல்களிலிருந்து இவர் கட்சி மெம்பராயிருந்தும் (இது மறைவாக வைக்கப்பட்டிருந்தது) காட்டாத்துறையைத் தவிர வேறு எந்த இடத்திலும் இவரால் கட்சி வலுவடையவில்லை என்றும், இவருடைய அரசியல் தந்திரமும் சோடை போய்விட்டது என்றும், இவரை அநேகமாக 'ஒதுக்கி விட்ட' நிலையில்தான் கட்சியினர் வைத்திருந்தார்கள் என்றும் அறிந்தேன். எனக்குச் சம்பளமும் கிடைக்கவில்லை. அவ்வப்பொழுது 5, 10 என்று தருவார். அவர் செலவுக்குத் தட்டு இருப்பதாகவும் தெரியவில்லை.

அடுத்தநாள் என்னைப் பார்த்ததும், "தம்பி, ஸ்டாலின் போய்விட்டார்!" என்று என்னைக் கட்டிக்கொண்டு அழுதார். காந்தி செத்தபொழுதுகூட நான் மவுனக் கண்ணீர்கூட விடவில்லை. மனம்தான் வெறுமையுணர்ச்சியால் பீடிக்கப் பட்டது. மேலும் பராங்குச நாயுடு எனக்கு ஒரு புதிராகவே இருந்தார்.

மனிதனின் குரங்காட்டம் என்னால் சகிக்க முடியவில்லை. அடுத்தநாள் எப்பொழுதும் போல் இந்த வேண்டாத வேலையை ஒருவரிடமும் சொல்லாமல் ராஜினாமா செய்துவிட்டு, ஆழ்வார் திருநகரிக்கு மீண்டும் போனேன். ஆனால், வீட்டிற்குப் போகாமல், கேசவமாதவனைப் பார்க்கச் சென்றேன்.

நான் வந்த ஆறு மாதத்திற்குப் பிறகு நாயுடு கட்சி மாறி விட்டார் என்று கேள்விப்பட்டேன். இது எனக்கு ஆச்சரியமாக இல்லை.

7

கேசவமாதவன் கடையில் (மளிகை: மொத்த வியாபாரம்) அவனுடன் பேசிக்கொண்டிருந்தேன். அவன் தகப்பனாரும் அங்கிருந்தார், பையனைப் பார்த்துக்கொண்டு. மாதவனுக்கும் பராங்குச நாயுடுவைத் தெரியும். "ஸ்டாலின் மறைந்ததும் அவரும் மறைந்துவிட்டாராக்கும்" என்று சொல்லிச் சிரித்தான். வெயில் இதமாக அடித்தது. ஒரு ஐந்து நிமிஷ காலம் 'பச்'சென்று உள்ளத்தைக் குளிர்வித்தது. நான் மனதில் 'இங்கிருந்து' என்று கேட்டுக்கொண்டிருந்தேன். கடையில் நல்ல வியாபாரம். அங்கிருப்பதும் அவ்வளவு உசிதமில்லை. மாதவன் தகப்பனார் அவனைப் பார்த்துக்கொண்டிருந்தார். ஆனால், நான் எதிர்பாராதவிதம் என் அப்பாவின் உருவம் தெருவில் பளிச்சிட்டது. வைதீகக் கோலத்தில் வேஷ்டியைத் தார்பாய்ச்சிக் கட்டிக்கொண்டிருந்தார்: அங்கவஸ்திரத்தை யக்ஞோபவீதமாக அணிந்துகொண்டிருந்தார்: அப்பொழுதுதான் சாத்தியிருந்த ஊர்த்துவப் புண்டரமும் ஜிகினாக் கோடுபோல் ஜ்வலித்தது.

"ஸ்வாமிகள், உள்ளே வாருங்களேன்." இது மாதவன் தகப்பனார் குரல்; ஒரு தந்தை இன்னொரு தந்தையிடம் காட்டும் வியாபார உடன்படிக்கை.

"இல்லை, பையனைப் பார்க்க வந்தேன்."

"மாதவா! அவருக்கு உன்னைப் பார்க்க வேண்டுமாம்."

"இல்லை; நம்ப பையன்தான்; இங்கிருப்பதாகக் கேள்விப் பட்டேன்: அழைத்துப்போக வந்தேன்."

மாதவனிடம் விடைபெற்றுக் கொண்டு அவரைப் பின்பற்றினேன். உள்ளுக்குள் ஆச்சரியந்தான்.

தெருவில், எங்கு திரும்பி வந்துவிடுவேனோ என்று தெரு நீளத் துரத்தியடித்து அடுத்த தெருவுக்கு நான் மறைந்த பின்தான் ஆசுவாசம் பெறும் இவர் என்னைத் தேடிக்கொண்டு ஏன் வரவேண்டும்?

போகிறவாக்கில், "மாதவன் தங்கமான பையன்" என்றார். மனதறிந்த பச்சைப் பொய்! ஒவ்வொரு தகப்பனும் செய்யும்

நைந்துபோன அரசியல் சூழ்ச்சி! ஏனென்றால், மாதவனுக்கும் அவன் தகப்பனாருக்கும் ஒரு கட்டத்தில் நடந்த தொந்த யுத்தம் அவருக்குத் தெரியாதது இல்லை. அவர் வேறு அதிகமாகப் பேசவில்லை. வீட்டில் நுழைந்ததும், அம்மாவும் புதுப்புடவை கட்டிக்கொண்டு எனக்கு ஆசி கூறினாள்! சரி என்னவோ பலமான 'சூழ்ச்சி'தான் என்று ஊர்ஜிதமாயிற்று.

அப்பா பூஜை அறைக்குள் சென்றார். "பார்த்தா! ஸ்நானம் செய்துவிட்டுத் திருமண் அணிந்துகொண்டு வா" என்றார். எனக்கு உள்ளுக்குள் ஒரு வினா கொக்கி வளையமாக எழுந்தது. 'சிறிய திருவடி' ஏன் தக்ஷிணாமூர்த்தி வேஷம் போடவேண்டும்? முகத்தில் ஒன்றும் சலனமில்லை; கண்களும் சரியாகத்தான் இருந்தன. சொன்னபடி செய்தேன். வாசற்படியில் அம்மா நின்று கொண்டிருந்தாள்.

அவர் ஆரம்பித்தார்: "பார்த்தா!"

"ஏன் என்னைப் 'பார்த்தா' என்று கூப்பிடுகிறீர்கள்? 'சாரதி?' என்றுதானே கூப்பிடுவீர்கள்? உங்களுக்கு என்ன இன்று?"

அவர் கண்களால் சமிக்ஞை செய்தார், மௌனம் சாதிக்குமாறு. அம்மாக் குரங்கின் முகமும் என்னை அபயம் கேட்டது. சரி, எவ்வளவு தூரம் போகிறது, பார்க்கலாம் என்று தலையசைத்தேன்.

அவர் மறுபடியும் ஆரம்பித்தார்: "பார்த்தா! உனக்கு வயது இந்தச் சித்திரை முடிந்ததும் சரியாக 25. சற்றுக் கவனமாகக் கேள்."

இப்பொழுது வாயிற்படியை நோக்கினார்: "சவமே! உனக்கு இங்கு என்ன வேலை? உள்ளே போ!"

அம்மாக் குரங்கின் உருவம் மறைந்தது.

"பார்த்தா! இப்பொழுதுதான் ஜீவசத்து அபரிமிதமாக ரத்தத்தில் பிரவகிக்கிறது."

நான் அவரையே பார்த்துக்கொண்டிருந்தேன்.

"ஸ்திரீ வடிவத்தைக் கண்டு மோகமுற்று, 'பின்தொடர், பின்தொடர்' என்று பின்னாடி நின்று உன்னை நெட்டித் தள்ளும், கிரியாசக்தி, நீ என்ன செய்வாய்? பிரகிருதியின் கைப் பாவை, அரை நிமிஷத்தில், அவளை, அவள் எவளாக இருந்தாலும் – மனதில் அலங்கோலமாக்கியிருப்பாய்; துச்சாதனனின் கையில், இதற்கு, திரௌபதி தோற்றாள் போ."

நான் மீண்டும் இந்த மனிதனுக்கு என்ன வந்துவிட்டது என்று கேட்டுக்கொண்டேன். உள் முற்றத்தில் அம்மா என்னவோ ஸ்தோத்திரம் பாடிக்கொண்டிருந்தாள். இவர் இரைந்தார். "ஏ, சனி; உன் பிலாக்கணத்தை நிறுத்து!"

குரல் முறிந்தது.

"பார்த்தா! உனக்குக் கோபிகளுடன் சம்சர்க்கம் உண்டா? என்னிடம் சொல்வதற்கென்ன?"

"நீங்கள் ஏன் இப்படிப் பேசுகிறீர்கள்?"

"பார்த்தா! என்னைப் பார்; என்னை அந்த சாக்ஷாத் பாண்டுரங்கனாகப் பாவித்துப் பதில் கூறு."

"இந்த நாடகம் எதற்கு? என்ன வேண்டும்?"

"பார்த்தா! நான் உன் நிலையில் இருந்ததும் நாலுமுறை 'மேலத்தெரு'வுக்குப் போனபிறகு, அதைப்பற்றி ஊரில் அங்கொருவரும் இங்கொருவருமாகப் பேசின பிறகுதான், என்னுடைய திருத்தந்தையின் உளம் கனிந்தது; அடியேன் இந்த வியாதிப் பிண்டத்தைக் கைப்பிடித்ததும் அப்பொழுதுதான். பார்த்தா! அதுதான் கேட்கிறேன்."

"உங்களிடம் யாராவது என்னவாவது சொன்னார்களா?"

"பார்த்தா! என்னிடம் யார் சொல்லவேண்டும்? எனக்கு ஒருவர் அறிவித்து நான் அறியவேண்டுமா? ஒருநாள் மேட்டுத் தெருவில் அமிர்தம் சேவித்து அன்னையின் ஸ்தன்யபானம் அருந்தியவன் போல் நானும் பேரின்பமும் சககமனம் செய்யும் அந்த சாக்ஷாத் சந்தர்ப்பத்தில் நின் பார்வை, தீக்ஷிதரின் பெண் கல்யாணியின் உள் வளைவுகளிலும் கோணங்களிலும் பட்டுத் தெறித்ததையும், அந்நங்கை நல்லாள் தலைகுனிந்து நடைதட்டிப் பறந்ததையும் சாக்ஷிபூதமாக என் செந்தாமரை நயனங்கள் தரிசித்தன. பார்த்தா! உள் நுழைந்ததுண்டா?"

எனக்கு இந்தக் குரங்கின் சேஷ்டைகளை இனியும் பொறுக்கமுடியாது என்று தோன்றியது.

"உண்டா, பார்த்தா? என் மகனைப் பற்றி அறிந்து கொள்ளும் ஆவலில் கே· கின்றேன். நானும் மேலத்தெருவிற்குப் போய் வந்தவன்தான். உண்டா, பார்த்தா?"

"கொஞ்சம், நாவை அடக்கியே பேசும்."

"பார்த்தா! ஏன் இந்தச் சீற்றம்? பிரகிருதிக்கு அடிபணிவது தான் உத்தமம்."

"உம்மைப் போலவா?"

“பார்த்தா! நான் எப்படியாவது இருந்துவிட்டுப் போகிறேன். நம்ம பரம்பரையில் ஒருவர் வீட்டில் ராமாநுஜரே வந்து அமுது கழித்திருக்கிறார். மூத்தவன் ஸிலோனில் பெரிய நிலையில் இருக்கானாம்; பணம் கொடுக்கிறான்: வேறொன்றுமில்லை. இளையவன் ஒரு அவிசாரி பெற்றதை வைதீக முறை வழுவாது சகதர்மணியாக ஏற்றுக்கொண்டு தன் ராஜ்யபாரம் நடத்துகிறான்; பார்த்தா! நீதான் ஜீயர்களைத் திருப்திசெய்யப் பிறந்தவன். ஒரு ஆலோசனை.”

“இதற்கு ஏன் இப்படிச் சுற்றி வளைத்துப் பேச வேண்டும்?”

“பெருமாள்கோவில் அர்ச்சகரின் ஏகபுதல்வி; சூடிக் கொடுத்த நாச்சியார் போன்ற திவ்ய வடிவம்: அம்மா கிடையாது; ஐவேஜியும் கொஞ்சம் உண்டு.”

“ஏன் பேசமாட்டேன் என்கிறாய்!”

“டேய், இந்தக் கிழவன் கண்களுக்குக்கூட சபலம் தட்டும் ஏ ஒன் குட்டிடா.”

என்னை முன்நிறுத்தி இவ்வாறு கூத்தடிக்கும் இது, என் சாசுவதமான பிதாவா? அல்லது என்னைப் பிடித்து ஆட்டும் பிசாசா?

“அம்மா என்ன சொன்னாள்?”

“என்ன சொல்லும் அந்த மந்தி? நான் ‘சரி’ன்னா பல்லை இளித்துக்கொண்டு தலையை ஆட்டும்; ஆட்டியாயிடுத்து.”

“தயாராயிரு; மாலை ஐந்து மணிக்குப் போகலாம்.”

விடுபட்டால் போதும் என்று வில்லிலிருந்து தெறித்த அம்புபோல் மாதவனைப் பார்க்கப் போனேன். அதற்குமுன் பெரிய குரங்கு வெளியில் போனதும் அம்மாவைப் பார்க்கச் சென்றேன். அம்மா சொன்னாள்; “சாரதி! எனக்குப் பூஜாபலன் கிடைத்துவிட்டதுடா. அர்ச்சகரே இங்கு வந்திருந்தார். அவரைத்தான் உனக்குத் தெரியுமே, மற்ற அர்ச்சகர்களைப் போல, பெருமாள் சொத்தை அடகு வைத்து வயிற்றைக் கழுவும் வர்க்கத்தை அவர் சேர்ந்தவரில்லை. உண்மையான வேதவித்து. அந்தப் பெண்ணும் நல்ல பதவிசு; நெறியில் நெருப்பு. இது ஒருநாள் அர்ச்சகர் இல்லாத சமயம் அங்கு போய், ‘அம்மா, வேதவல்லி! தாகத்திற்குத் தண்ணீர் கொஞ்சம் தா’ என்றதாம். மேட்டுத் தெருவிலிருந்து வர வழி. அவள் கதவைத் திறவாமலே, ‘கோயிலில் போய்த் தீர்த்தம் வாங்கிக்கொண்டு போங்கள்; மயக்கமும் தெளியும்’ என்று சொன்னாளாம். இதுதான் சொன்னது. பாசுரம் முழுவதும் மனப்பாடமாம். அர்ச்சகர்

சமஸ்கிருதமும் சொல்லிக் கொடுத்திருக்கிறாராம். அதுவும் உன்னைப் பற்றிப் பலர் பல சொன்னதைக் கேட்டிருந்தும், நாங்க இரண்டு பேரும் வாழும் வைபவம் தெரிந்திருந்தும் அர்ச்சகரிடம் உன்னைப் பார்த்துவிட்டு, நீ வேண்டாம் என்றால், வேறு இடம் பார்த்தால் போதும் என்றதாம். இதை அர்ச்சகர் தயங்கித் தயங்கி, அப்பா இல்லாத சமயம் என்னிடம் சொன்னார். எனக்கும் இதைப் பிடித்திருக்கிறது. அதைப் பண்ணிக்கொண்டு தனியாகப் போய்விடு. அதுதான் எல்லாருக்கும் உத்தமம். அம்மாவுக்கு என்ன தெரியும் என்று என் சொல்லைத் தட்டாதே."

அம்மா சொன்னது என் உள்ளத்தில் தைத்தது. மாதவனும் ஆமோதித்தான். முக்கியமாக அவள் விவேகத்தையும் அந்தரங்கத் தூய்மையையும் நான் மதித்தேன். அந்தச் சித்திரைக் கடைசியில் நான் அவளைக் கல்யாணம் செய்துகொண்டேன். இன்று வரையில் இந்தச் சம்பந்தத்தைப் பற்றி நான் வருத்தப்பட வேண்டிய சந்தர்ப்பமும் நிகழவில்லை. வேதவல்லி எந்த விஷயத்திலும் நெறி பிறழாமல், என் முயற்சிகளையெல்லாம் தூண்டும் ஆதார சக்தியாகப் பிரகாசிக்கிறாள். எங்கள் தெருவிலேயே ஒரு தனி வீட்டில் நாங்கள் இருந்து வருகிறோம்.

*அ*டுத்த நாள் செக்ரெட்டேரியட்டின் பின்புறமுள்ள மைதானத்தில் பார்ப்பது என்று முடிவு செய்தோம்.

8

எனக்கு நான்கு மணி ஆனதுமே ஒரு பரபரப்பு. அறையில் நாற்காலி, புஸ்தகங்கள் எல்லாவற்றையும் ஒழுங்குபடுத்திவிட்டு ஐந்து மணிக்கு மைதானத்திற்குப் போனேன். நான் பொறுமையிழந்து, 'திரும்பிப் போய்விட்டால் என்ன' என்று நினைத்துக்கொண்டிருக்கும்போது, தொலைதூரத்தில் சாரதியின் உருவம் தெரிந்தது. அவனை நோக்கி நானும் சென்றேன். அவன் மைதானத்தின் பக்கம் போகாமல், "உனக்கு ஆட்சேபம் இல்லை என்றால், உன் அறைக்குப் போகலாம். இன்று நாம் இருவரும் தனியாக இருந்து பேசுவதைத்தான் நான் விரும்புகிறேன்" என்றான். சரியென்று இருவரும் என் அறை நோக்கிச் சென்றோம். போகும் வழியில் ஹோட்டலில் சாப்பாடு முடித்துக்கொண்டு போனோம். சாரதியின் கையில் சிகரெட் பாக்கெட். வீட்டில் நுழைந்ததும் 'கேட்'டைச் சாத்திவிட்டு என் அறைக்குள் சென்று இருவரும் உட்கார்ந்தோம். அமாவாசை யானதால் சற்று இருட்டாகவே இருந்தது. சாரதி சிகரெட்டை ஊதிக்கொண்டிருந்தான்.

நான் அலமாரியைத் திறந்து 'அவுன்ஸ்' க்ளாஸில் இரண்டு அவுன்ஸ் பிராந்தி ஊற்றினேன். சாரதி, "எனக்கு நீ குடிப்பதில் ஆட்சேபமில்லை. ஆனால், எனக்கு இந்த லாகிரி இப்பொழுது அவசியமில்லை" என்றான். நானும் கிளாஸை ஒரு பேப்பரால் மூடி வைத்துவிட்டு அவன் சொல்வதைக் கவனிக்க ஆயத்தமானேன். அவன் ஆழ்ந்த வியாகுலத்துடன் பேசினான் இடைவிடாமல், ஆற்றொழுக்குப் போல.

நான் உன்னிடம் ஏன் இப்படி விஸ்தாரமாகப் பேசுகிறேன் என்று தெரியவில்லை. இருந்தாலும் தொடங்கின காரியத்தை முடித்துவிடுகிறேன்.

எனக்குக் கல்யாணமாகிவிட்டது. எனக்கு நினைவு தெரிந்த நாள்முதல் அப்பா சொன்னது எதையும் கேட்காத

நான், ஏன் இதற்கு மட்டும் இசைந்தேன் என்று எனக்கே ஆச்சரியமாயிருக்கிறது. புத்திபூர்வமாகச் சிந்தித்திருந்தால், ஒருவேளை இசைந்திருக்க மாட்டேன். ஆனால், ஒரு காரியம் நடந்துவிட்டபின், அதைப் பற்றி இந்த மாதிரிச் சிந்திப்பதெல்லாம் அடிப்படையில் தவறு. இதனால்தான் மேல்நாட்டில் இயங்கி வரும் தத்துவ இயக்கங்கள் எல்லாம் – எனக்குத் தெரிந்த வரை– ஒரு அடிப்படையில், அடிப்படைகளை நிராகரிக்கும் காரியமாகிவிட்டது. முன்பெல்லாம், வேதவல்லியைக் கல்யாணம் செய்துகொள்வதற்கு முன், என் அரைகுறை ஞானத்திலும், மேல்நாட்டு ஆசிரியர்களைத்தான் படித்து வந்தேன். ஆனால், அவள் சகவாசம் ஏற்பட்ட பிறகு எனக்கு சமஸ்கிருதம் தெரியாததால் – முக்கியமாக நமது மொழிகளில் உள்ள மத சம்பந்தமான நூல்களில் (ஆங்கில மொழி பெயர்ப்புகளிலும்) என் மனம் லயிக்க ஆரம்பித்தது. ஆனால், இவ்வளவுக்கும் அவள் என்னை ஒரு விஷயத்திலும் நிர்ப்பந்திக்க வில்லை. ஆனால், இதெல்லாம் பின்னால் நடந்த விஷயம்.

கல்யாணமான அடுத்த நாளே தனிக்குடித்தனம் வைத்து விட்டேன். நான் எதிர்பார்த்தபடி அப்பா தடையாக நிற்கவில்லை. அது மாத்திரமில்லை; எனக்குச் சேரவேண்டிய நிலத்தை நான் விரும்பியபடி அவரே விற்றுப் பணத்தையும் என்னிடம் கொடுத்துவிட்டார். இந்த ஏற்பாடுகளில் வேதவல்லி ஒன்றிலும் கலவாமல் ஒதுங்கியே நின்றாள். அவர்களிடமிருந்து வந்த பிறகு நான் தனிமையானவன், என்னுடைய நிர்ப்பந்தத் திற்குள்ளேயே சிறைபட்டவன் என்று மங்கலாக உணர்ந்தேன். அப்பாவை நினைக்கும்பொழுதெல்லாம் இயல்பாகவே வரும் ஆஞ்சநேய ரூபம்கூடத் திடீரென்று இருந்த சுவடு தெரியாமல் மறைந்து போய்விட்டது. அம்மாவின் கிழ முகமும்–மறந்து போன விஷயத்தை எவ்வளவு முயன்றும் அது நினைவுக்குச் சிக்காதது போல் பிரக்ஞையிலிருந்து வழுவிவிட்டது. அருகில் வேதவல்லியைப் பார்க்கும்போதெல்லாம் அப்பாவின் ஸ்தானத்தை ஆஞ்சநேயரின் அசல் வார்ப்பாக ஆவதை – நானே எடுத்துக்கொண்டுவிட்டேனோ என்று பல சமயங்களில் நினைத்ததுண்டு.

கல்யாணமான இரண்டாவது நாள் வேதவல்லியைக் கூப்பிட்டேன். வந்தாள்.

"நான் இப்படியே இருந்தால் போதுமா?"

அவள் பதில் சொல்லவில்லை.

"உன்னைத்தான் கேட்கிறேன்."

என் குரலில் அப்பாவின் அதிகாரமும் துச்சமான போக்கும் தொனிப்பதையும் உள்ளத்தில் பதிவு செய்துகொண்டேன். ஆனால், அவள் அம்மா போல் பரிதாபமாக என்னைப் பார்க்கவில்லை; இடம்விட்டுப் பெயரவுமில்லை.

"தெரிந்தது" என்றாள்.

"பின் ஏன் பேசாமலிருக்கிறாய்!"

"நான் என்ன பேச வேண்டும்?"

எனக்குக் கோபம் பீறிட்டது. மிகவும் கஷ்டப்பட்டு அடக்கிக்கொண்டேன்."

"நீங்கள் சிந்தித்துச் செய்ய வேண்டியதைப் பற்றி என்னுடைய அபிப்பிராயத்தை ஏன் எதிர்பார்க்கிறீர்கள்?"

அர்ச்சகர்களைப் பார்த்திருக்கிறேன். அம்மா சொன்னது மாதிரி நான் பார்த்த நகல்களெல்லாம் பெருமாள் சொத்தை அடகு வைப்பதாகத்தான் இருந்தன. அவர்கள் புதல்விகளும் – எனக்குத் தெரிந்தவற்றில் – அகங்காரிகளும் அடங்காப்பிடாரி களுமாகத்தான் இருந்தன. ஒன்றிரண்டு கையெடுத்துக் 'கும்பிடக்கூட' அருகதையற்ற அழுகல்களாக இருந்தன. இந்தக் கசப்பெல்லாம் அடியிலிருந்து வயிற்றைக் குமட்ட, நான் இந்த மாதிரி ஒரு பதிலை இவளிடமிருந்து எதிர்பார்க்கவில்லை. நான் அப்பாவுக்குப் பிள்ளையாக மாறி வருவதும் எனக்கு அடியோடு பிடிக்காத காரியம். ஆனால், அவள் அமைதியாகவே மீண்டும் பேசினாள்.

"நான் அர்ச்சகரின் பெண். தற்காலத்துப் பெண்களைப் போல் அதிகம் படித்ததில்லை. ஆனால், கொஞ்சம் விவேகம் உண்டு; அப்பா இட்ட பிச்சையால் கொஞ்சம் குருபரம்பரை ஞானமும் உண்டு. நான் பெண்; கர்ம பந்தப்பட்டவள். என்னிடம் கேட்டால் இதைத்தான் வற்புறுத்துவேன். ஆசார்ய சுவாமிகள் சொன்ன மாதிரி இந்த ஜீவன் 'அநாதிக் கர்மப் பிரவாகம்' என்ற அடிப்படையில்தான் சலித்துக் கொண்டிருக் கிறது. ஒவ்வொரு ஜீவனுக்கும் 'ஸ்வஸ்ரூபம் அவிர்ப்பவ' என்று ஆசாரியர் சொன்னார். நீங்கள் போகும் வழியை என்னதான் என்னைக் கேட்டாலும் நீங்கள்தான் வகுத்துக்கொள்ள வேண்டும்; வகுத்துக்கொள்வீர்கள்."

"நீ என்ன மகா பண்டிதை என்ற நினைவோ?"

"அப்படி ஒன்றுமில்லை. நான் பேசும் பாஷை உங்களுக்குப் புரியாது என்றுதான் முதலில் பேசவில்லை."

"இருந்தாலும் ஒரு பெண்ணுக்கு இவ்வளவு கர்வம் கூடாது."

இதைக் கேட்டதும் அவளுக்குக் கண்ணில் அழுகை துருத்திக்கொண்டது. இதைக் கண்ட என் மனதிற்கு ஒரு திருப்தி. ஆனால், அவள் அழவில்லை. மீண்டும் பேச ஆரம்பித்தாள்.

"அப்பா சொல்லியிருப்பார். உங்களைப் பற்றிக் கேள்விப் பட்டபின் தீர்க்கமாக ஆலோசித்துத்தான் நான் உங்களை வரித்திருக்கிறேன். எனக்கு என்னளவு திடம் உண்டு."

எனக்கு மேலும் கோபம்தான் வந்தது. "நீ உள்ளே போ" என்று கத்தினேன்.

அப்பா எங்கேயாவது இருக்கலாம்; இந்தத் தெருவில் ஐந்து ஆறு வீடுகள் தாண்டி இருக்கலாம். ஆனால், நான் போகுமிடமெல்லாம் அவர் என்னை நிழல் போல் தொடர்ந்து வந்தார். அவர் பின், என் தாயின் இலையாக இளைத்துப்போன கஷ்டநிஷ்டூரங்கள் இடித்துச் சுக்காக்கியவற்றின் பரிதாபகரமான முகம். எனக்கு என் கோபத்தை அடக்க முடியவில்லை. நான் அன்றிரவு வெளியில் சாப்பிட்டேன்; வீட்டில் அவள் சாப்பிட வில்லை என்றதும் மனம் மகிழ்ந்தேன். அர்ச்சகர் நான் வந்ததும் ஐந்து நிமிஷம் குசலம் விசாரித்துப் போய்விட்டார். அவள் ஒன்றும் சொல்லவில்லை.

அடுத்தநாள் காலை விடிந்ததும் மீண்டும் நான் அவளைக் கூப்பிட்டேன்.

"என்ன சொல்கிறாய்?"

"ஏதாவது வேலையை ஏற்றுக்கொள்ளுங்கள்."

"இதை ஏன் நேற்றுச் சொல்லவில்லை?"

"இன்றுதான் சொல்லிவிட்டேனே."

"சரி, நான் வருவதற்கு முன் சாப்பிட்டு விடாதே."

அவள் சிரித்தாளோ என்று எனக்கு ஒரு சம்சயம். ஆனால், நான் தெருவிலிருந்து போகும் வரை என்னைப் பார்த்துக் கொண்டு நின்றாள். மறுபடியும் நான் திரும்பிப் பார்த்ததும் அவளை வாசலில் காணவில்லை. கேசவமாதவன் கடைக்கு விடுமுறை ஆதலால் அவன் வீட்டிற்குப் போய்ப் பேசிக் கொண்டிருந்தேன்.

"என்னடா செய்யப் போகிறாய்?"

"காட்டாத்துறையில் இப்பொழுது ஒரு பாங்கு புதிதாக வந்திருக்கிறதே, அதில் வேண்டுமென்றால் ஒரு கிளார்க் வேலை கிடைக்கும். ஆனால், அதில் எனக்கு நாட்டம் இல்லை."

"அவள் ஒன்றும் சொல்ல மாட்டாளா?"

"அவள் சொல்வதற்கு யார்?"

"அப்பா எப்படி இருக்கிறார்?"

"அவரைப் போய்ப் பார்க்க வேண்டும்."

எனக்கு அப்பாவின் மீது ஏற்பட்ட பிடிப்பு அவனுக்கு ஆச்சரியத்தை விளைவித்திருக்க வேண்டும். ஆனால், கெட்டிக்காரன் ஆனதால் ஒன்றும் சொல்லவில்லை. ஆனால், சிநேகிதன் என்ற அடிப்படையில் மீண்டும் கேட்டான்:

"வேலையில்லாமல் என்னடா செய்யப் போகிறாய்?"

"கையில் கொஞ்சம் ரொக்கம் இருக்கு. மேலும் அவள் அப்பா இங்குதானே இருக்கிறார்? அவருக்கும் அப்படிப் பிக்கல் பிடுங்கல் ஒன்றும் கிடையாது."

அவன் பிறகு பேசவில்லை. எனக்கு ஒரு உருத் தெரியாத கோபம்.

அன்று 12:30 மணிக்குச் சாப்பிட்டுவிட்டு, "வேதவல்லி, வா" வென்று கூப்பிட்டுக்கொண்டிருக்கும் பொழுது யாரோ கதவைத் தட்டும் சப்தம் கேட்டது. அவளைப் போய்த் திறக்கச் சொன்னேன். அவளிடம் வந்தவர், "அவரை வரச் சொல்லுங்கள்" என்றார். வெளியில் வந்ததும், கேசவமாதவன் கடையில் வேலை பார்ப்பவர் – நான் முன் இருந்த வீட்டின் பக்கத்து வீட்டுக்காரர்– சொன்னார்:

"சாரதி! சற்றுமுன் உன் அப்பா இறந்துவிட்டார்! மாரடைப்பு என்று சொல்லிப் படுத்தவர். ஐந்து நிமிஷத்தில் உயிர் பிரிந்துவிட்டது."

அவரை அனுப்பிவிட்டு, உள்ளே சென்று, "வேதவல்லி, அப்பா போய்விட்டார். நீயும் என்னுடன் வா" என்றேன். ஒன்றும் சொல்லாமல் என் பின்னால் வந்தாள்.

இதைச் சொல்லிவிட்டுச் சாரதி நிறுத்தினான். பிறகு ஒரு தடவை 'கொல்'லென்று இருமிவிட்டுப் பின்னும் பேச ஆரம்பித்தான்.

நவீனா! இத்துடன் இன்று நான் முடித்துக்கொள்கிறேன்.

அவர் உடலைத் தகனம் செய்துவிட்டு இரண்டு நாள் கழித்து அம்மாவையும் அழைத்துக்கொண்டு வீட்டிற்கு வந்தேன். அவரால் இடித்துப் பதம் செய்த அம்மாவுடன் வாழ்வது என்பது அப்படி முன்பின் யோசியாமல் செய்யக்கூடிய காரியமில்லை. ஆனால், அதையும் நான் செய்தேன். வேதவல்லி ஒன்றும் சொல்லவில்லை. அம்மா அவளை எவ்வளவு நிஷ்டூரமாக நடத்தினாலும் அவர்கள் இருவருமே, முக்கியமாக வேதவல்லி, ஒரு வரம்பைவிட்டு மீறிப் போகவில்லை. ஆனால், இதைவிட முக்கியமாக எனக்கு அப்பா செத்த அடுத்தநாள் ஒரு நூதன அனுபவம் ஏற்பட்டது. அதை நாளைக்கு உன்னிடம் சொல்லி விட்டு நான் விடைபெற்றுக்கொள்கிறேன்.

அவன் போனான். நான் 'கேட்'டைச் சாத்திவிட்டு வந்து டம்பளரைக் காலி செய்துவிட்டுப் படுக்கையில் படுத்த அடுத்த நிமிஷம் தூங்கிவிட்டேன்.

9

அடுத்த நாளும் என் அறையிலேயே உட்கார்ந்து பேசிக் கொண்டிருந்தோம். வேலைக்காரன் அன்று என்னுடன் தங்கியிருந்தது பின்னால் எனக்கு ஆசுவாசமாக இருந்தது. வந்த எடுப்பில் சாரதி சொன்னான்: "இன்று எவ்வளவு வேண்டுமானாலும் நான் குடிக்கத் தயார்."

"கதை முடிந்த பிறகு."

அவன் ஒன்றும் சொல்லவில்லை. பேச ஆரம்பித்தான்.

நவீனா! அந்த மனிதன் சொன்னவுடன் நான் அங்கு போனதும் எனக்கு ஒன்றுமே தைக்கவில்லை. அப்பாவுடைய பிரேதத்தை அர்த்தமில்லாமல் பார்த்துக்கொண்டு நின்றேன். அம்மா ஈனஸ்வரத்தில், "ஓம் நமோ நாராயணாய" என்று அரற்றிக் கொண்டிருந்தாள். அந்த சாக்ஷாத் சந்தர்ப்பத்தில் அவள் இவ்வாறு அரற்றியது தெய்வ தூஷணையாகவே எனக்குப் பட்டது. தகனம் எல்லாம் ஆனதும் நான் வீட்டுக்கு வந்ததும் எனக்கு என்னையும் அறியாமலேயே ஒரு பயம் உள்ளில் குடிகொண்டது. அதனால் முதலடியாக வேதவல்லியைக் கூப்பிட்டேன். "வேதவல்லி, நீ நான் நேற்று நடந்துகொண்டதை நினைத்துக்கொண்டு ஏதாவது தப்பர்த்தம் செய்துகொள்ளாதே. இந்தச் சந்தர்ப்பத்தில் நான் இரண்டு நாட்கள் தனிமையாக இருக்க விரும்புகிறேன். உன் அப்பாவுடன் போயிரு. இல்லாவிட்டால் அவரையும் அழைத்துக்கொண்டு அம்மாவிடம் போயிரு" என்று அவளிடம் சொன்னேன்.

அவள் ஒன்றும் சொல்லவில்லை. ஆனால், போவதற்கு முன், "மனதை ரொம்பவும் தளரவிட்டு விடாதீர்கள். மனிதனாகப் பிறந்தால் எந்த அனுபவத்தையும் ஜீரணித்துக் கொள்ள வேண்டிய சக்தி வேண்டும். இரண்டு நாள் கழித்து வருகிறேன்" என்று சொன்னாள். அவள் போய்விட்டாள்.

வாசல் கதவு திறந்திருந்தது. நான் உள் கதவைச் சாத்திவிட்டு மௌனமாக உட்கார்ந்தேன். நவீனா, உனக்கு இந்த அனுபவம் எப்பொழுதாவது ஏற்பட்டிருக்குமா என்று எனக்குத் தெரியாது. ஆனால், எனக்கு அன்று அது ஏற்பட்டது. கண் எரிந்தது. மண்டையில் நரம்பு லேசாகப் புழுப்போல் துடிப்பது உள்போதத்தில் தட்டியது. ஒருவேளை பைத்தியம் பிடித்து விடுமோ என்று ஒரு பிசிர் பிரக்ஞையில் மின்வெட்டியது.

அந்த அறையில் என் முன் அப்பாவின் பிரேதத்தைப் பிரத்தியட்சமாகக் கண்டேன். எந்த மனிதன் செத்தாலும் செத்தபின் எஞ்சிய சேஷ்டம்; அந்த மனிதன் இல்லை என்பதை எவ்வளவு பரிபூர்ணமாக உணர்கிறோம்? அதுவும் அந்தப் பிரேதம் தன் சாசுவத பிதா என்று நினைக்கையில் பைத்தியமே பிடித்துவிடுமோ என்று நினைப்பதில் என்ன சந்தேகம்? அவ்வளவு வலிவுடையது கர்மபந்தம்.

முகம் கோணி, கைவிரல்கள் சூம்பி, கண் குத்திட்டு, பார்ப்பதற்கே விகாரமாகக் கிடக்கும் இந்த அசேதனமா என் தகப்பன் என்ற நினைவே குடலைப் புரட்டியது. வேதவல்லியின் கருவில் என் வித்து புகுந்துவிட்டதா இல்லையா என்று தெரிவதற்கு முன் இந்தக் கிருஷ்ணசாமி ஐயங்கார் பெற்ற சாமி ஐயங்காருக்கு ஏன் இவ்வளவு அவசரம்? நவீனா! என்னுடைய துச்சமான வாழ்வு ஒரு திரைப்படம் போல் என் முன் ஓடியது. படிப்பு வரவில்லை. இவர் விரட்ட எங்கெல்லாமோ சென்றேன். என் அளவிற்கு அர்த்தம் (அர்த்தமின்மையே ஒரு அர்த்தம் தானே) மிகுந்த ஆட்கள் பலரைப் பார்த்தேன். ஸிலோனில் முகம் தெரியாத குபேரனாக என் அண்ணா வாழலாம். என்னளவில், "அவன் யாரோ, நான் யாரோ" தான். வேறொருவன் அவிசாரி பெற்றவளை சாஸ்திரோக்தமாக மணம் புரிந்துகொண்டு ராஜ்யபாரம் நடத்தலாம். அவனும் என் சகோதரன்தான். மறுக்கமுடியாத உண்மை. இந்தச் சாமி ஐயங்கார் சொன்ன மாதிரி தாலியில் சனி ஊஞ்சலாட, இரண்டு சிரஞ்சீவி விதவைகள் என் சகோதரிகள். இதற்கெல்லாம் தான் ஒன்றும் ஜவாப்தாரி இல்லாத மாதிரி இந்தச் செத்துக்கிடக்கும் சாமி ஐயங்கார் பேசினார். உண்மையா?

நவீனா! நான் ஏன் இப்படிச் சந்தேகப்பட்டேன்! இப்படிச் சந்தேகப்படுவதும், வெளியிலிருந்து வர்றவனும் போறவனும் சவுட்டித் தேய்க்கும் நம்மவரின் சுபாவ விசேஷமா? அல்லது இந்த மண்ணில் வேரூன்றிய சமஸ்காரத்தின் அடிப்படை வேகமா? இவருக்குப் பயந்து நடுங்கி, இப்பொழுது என் மனைவியின் உயிரைப் பிய்த்துக் குரூரமாக ரஸிக்கும் என் தாயின் நினைவும் என்னைக் கோபப்படுத்துகையில் நான் என்னையே ஏன் சந்தேகிக்கிறேன்?

சாமி ஐயங்கார், சகோதரி சாரதா, ஸ்டாலின் பக்தர் பராங்குச நாயுடு, ஆரோக்கியசாமி, ஏன், கேசவமாதவன்கூட இவர்கள் பிரதிரூப பிம்பங்கள் ஒன்றும் என் மனதில் யாதொரு சலனத்தையும் விளைவிக்கவில்லை. இந்த ராமசாமி ஐயங்கார் என்ற சாமி ஐயங்கார் என்பவர் மாத்திரம் என் உயிரை வதைக்கிறார்.

நவீனா! நான் பிராம்மணன்: ஐயங்காரப் பையன். இதெல்லாம் அப்பொழுது என் ஞாபகத்திற்கு வந்தது. 20ஆவது நூற்றாண்டில் சரித்திர யுகத்தில் பிராம்மணன் சபிக்கப்பட்டவன் ஆகிவிட்டான். தன் சுயரூபத்தை மறந்துவிட்டு, கர்மபந்தத்தில் சிக்கித் தன் சைதன்யத்தை மறந்துவிட்டான். அன்றிலிருந்து அவன் தவிர்க்க முடியாத வீழ்ச்சி ஆரம்பித்தது.

அந்தப் பிரேதத்தையே வெறித்து நோக்கினேன். நான் வேதவல்லியிடம் பொய் சொன்னேன். அவள் பேசின பாஷை எனக்கு மிகவும் பழக்கமான பாஷை. அதனால்தான் அவள் மீது அவ்வளவு கோபம். என்னைப் பெற்றவன், என் ரூபத்திற்கு என் தாயின் கருவில் வித்து ஊன்றியவன் பிண்டமும் ஜடமுமாக வேறு பிரிந்துவிட்டான்; வேறு பிரிந்து நிராதரவாகக் கிடக்கின்றான். இந்த இரண்டும் ஒன்று சேர இணையாவிட்டால் ஆச்சார்ய சுவாமிகள் போக–மோக்ஷ சூன்யம்தான் மிஞ்சும் என்கிறார்.

நான் இந்தியன்; அதுவும் பிராம்மணன். வேதவாக்குப் பொய்க்கும் என்று என்னால் முயன்றாலும் நம்பமுடியாது. ஆனால், இந்த சாமி ஐயங்கார் தேக சம்பந்தம் பெற்றுப் பிறகு தேக வியோகமுற்றதின் இடையில் என்ன சாதித்தான்? அவர் வாழ்வும் வேதவல்லி சொன்ன மாதிரி அநாதிக் கர்மப் பிரவாகமாகத்தான் சலித்தது. அவருக்கும் ஞானம், கர்மம், போகம் மூன்றும் இருந்திருக்கத்தான் வேண்டும். ஆனால், என்னால் அதை 'அகில பாப மூலமாக'த்தான் பார்க்க முடிந்தது. அது சேதனத்தில் சிறைபட்ட சைதன்யத்தின் பந்தமுற்ற நிலை, எனது சிந்தனைப் பிரவாகத்தின் கரைபுரண்ட ஓட்டம் என் மண்டையைப் பளீரென்று குத்தியது. பைத்தியம் போல் சிரித்தேன்; அழுதேன். வாய் வலித்தது. ஒரு கணம் துக்கத்தின் தீவிரம் அமிழ, கண்ணீரின் சுவடு உலர, வேதவல்லியின் கடைசி வார்த்தை நினைவிற்கு வந்தது.

"எந்த அனுபவத்தையும் ஜீரணிக்க ஆற்றல் வேண்டும்."

இந்தத் தெளிந்த நிலையில், இப்படி முடியாத நிலையில் தான் ஜுரவேகத்தில் ஜன்னி கண்டு பிதற்றினேன் என்று உணர்ந்தேன். கண்களுக்கு நிதானம் வந்தது; தலைவலி மறைந்தது.

இப்பொழுது அப்பா – செத்துக் கிடந்த சாமி ஐயங்கார் – இப்பொழுது அந்த அறையில் அவர் பிரேதம் கயிற்றரவு மாதிரி மறைந்தது – ஒரு நிரகங்காரியாகக் காட்சி அளித்தார். நான்தான் என்னைப் பார்த்தேன். தோலை உரிக்கும் வெயிலில் மேட்டுத் தெருவுக்கு ஓடி, அப்பா பெயரைச் சொல்லி, பட்டைச் சாராயத்தை ஆறு அவுன்ஸ் பாட்டிலில் வாங்கிக்கொண்டு ஒளிந்து பதுங்கி வரும் என்னைக் கையுங் களவுமாகப் பிடித்துக்

கட்டி வைத்து உரித்துக் கள்ளைத்தான் குடித்துவிட்டுக் கொக்கரிக்கிறார். அம்மா பார்த்துக்கொண்டு ஆட்டம் எல்லாம் தீர்ந்த பிறகு என் கையில் நாலணாவை அழுத்திவிட்டு வெளியே விரட்டுகிறாள்.

ஒரே நிகழ்ச்சி; ஒரு காட்சி. ஆனால், இதை இப்பொழுது சொல்லும் விதத்திலும், அப்பொழுது கண்ட விதத்திலும் ஏன் ஒரு தடுமாற்றம்?

'பச்'சென்று வெயில் அடிக்கும் வேளையில் இழை பிசகாத வைதிகக் கோலத்தில் என்னை அழைத்துக்கொண்டு சென்று, திருமண் அணிவித்து, என் உள்ளத்தில் நெளிந்த – நிழல்போல நெளிந்த ஒன்றை அம்பலப்படுத்தி, "பார்த்தா! உள்ளே நுழைந்ததுண்டா?" என்று திரும்பத் திரும்பக் கேட்கிறார், தன்னையுங் குற்றஞ்சாட்டிக்கொள்கிறார். எனக்கு அப்பொழுது மிகவும் அசிங்கமாகப்பட்டது. மேலும் சொல்கிறார்: "பெருமாள் கோவில் அர்ச்சகரின் ஏகபுதல்வி; சூடிக் கொடுத்த நாச்சியாரின் திவ்ய வடிவம்."

அந்த அப்பாவி அம்மா ஒத்துப் பாடுகிறாள்: "அந்தப் பெண்ணும் நல்ல பதவிசு: நெறியில் நெருப்பு. எனக்கும் பிடித்திருக்கிறது. அதைப் பண்ணிக்கொண்டு தனியாகப் போய்விடு. அதுதான் எல்லோருக்கும் உத்தமம். அம்மாவுக்கு என்ன தெரியும் என்று என் சொல்லைத் தட்டாதே."

வேதவல்லி சொல்கிறாள்: "நீங்கள் போகும் வழியை என்னதான் என்னைக் கேட்டாலும் நீங்கள்தான் வகுத்துக் கொள்ள வேண்டும்." காலத்தின் சிகிச்சையால், வேதவல்லியின் சம்சர்க்கத்தால், என் கண்ணில் இருந்த திரை விலகிவிட்டது. சாமி ஐயங்காரின் சாவின் முன், 'அக்னி சாக்ஷியாக' என் 'ஆத்ம விவாகம்' நடைபெற்றுவிட்டது. என் வாழ்வின் ஒரு பகுதி முடிந்துவிட்டது.

அடுத்த நாள் நானே சென்று அம்மாவையும் வேத வல்லியையும் அழைத்து வந்தேன். ஒருவரையும் கேட்காமலேயே அவசரச் செலவுக்காக 'நிழல்கள்' என்ற என் முதல் கதைத் தொகுதியை 300 ரூபாயை வாங்கிக்கொண்டு உரிமை முழுவதையும் விட்டுக் கொடுத்துவிட்டுச் செலவு செய்ய அதிகாரம் பெற்றேன். இதைவிட யார்தான் என்ன செய்ய முடியும்?

இதைச் சொல்லிவிட்டுச் சாரதி போனான்.

10

இவ்வளவையும் எழுதிய பிறகு நவீனன் அடிக்குறிப்பாக இதை எழுதினான்:

'சாரதி' என்று எழுதிய என் நண்பனின் வாழ்க்கை வரலாற்றின் தலைப்பை மாற்றி, 'நிழல்கள்' என்ற தலைப்பிலேயே நான் அதை ஒரு நாவலாகப் பிரசுரித்தேன். சாரதி ஆக்ஷேபம் ஒன்றும் சொல்லவில்லை. அவன்தான் உரிமையைக் கொடுத்தால்தான் வீட்டுச் செலவு செய்ய அதிகாரம் கிட்டும் என்று எழுதிவிட்டானே! எனக்கும் நான் செய்ததில் ஒன்றும் நேர்மைப் பிசகில்லை என்றுதான் பட்டது. ஏனென்றால் எனது மற்ற புத்தகங்களைப் போல் இந்தப் புத்தகத்தையும் ஒருவரும் கேட்டு வாங்கிப் படிக்கவில்லை. ஆனால், அது என் நோக்கமும் இல்லைதானே!

□